தமிழா?

சம்ஸ்கிருதமா?

பேரா. முனைவர்
கண்ணபிரான் இரவிசங்கர்
கரச/KRS

தடாகம்

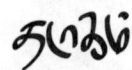

தடாகம்

தமிழா? சம்ஸ்கிருதமா?

◆ ஆசிரியர் : பேரா. முனைவர். கண்ணபிரான் இரவிசங்கர்

◆ முதற்பதிப்பு : ஜனவரி 2021 ◆ அட்டை ஓவியம் : பி. மணிவண்ணன்

◆ வடிவமைப்பு : வெ. பாலாஜி

Thamizha? Samskrithama?

© *Author : Prof. Dr. Kannabiran Ravishankar (KRS)*

First Edition - January 2021

Published by Thadagam, 112,Thiruvalluvar Salai,
Thiruvanmiyur, Chennai 600041
Phone : +91- 44 - 4310 0442 | +91 - 98400 70870
www.thadagam.com ◆ info@thadagam.com

ISBN: 978-93-88627-19-1

INR. 180

தமிழ்

பேரா. கண்ணபிரான் இரவிசங்கர்

கல்விப்புலக் குறிப்பு: (Academic Profile)

கண்ணபிரான் இரவிசங்கர் (KRS அல்லது கரச) முழுமைநேர முதலீட்டு வங்கியாளர், மற்றும் பகுதிநேரத் தமிழ்ப் பேராசிரியர் ஆவார். பாரீசு பல்கலை, ஒப்பியல் இலக்கியத் துறையில் பணியாற்றி வரும் இவர், தமிழ்மொழியின் பால் நனிவளர் பெருங்காதல் ஆராது கொண்டவர்; சமூகநீதி மற்றும் அறிவியல் பாதை சார்ந்த தமிழ் இயக்கத்திலும், மொழியின் தொன்மத்திலும் தொடர்ச்சியிலும், பங்களிப்பு செய்து வரும் இளைஞர்.

தமிழின் நலங்கள், அறிஞர்களின் அளவிலேயே நின்று விடாது, பொதுமக்களின் ஒவ்வோர் இல்லத்திலும் திகழ..

- சங்கத் தமிழ் அறிந்து அறிவித்தல்
- தமிழ் இலக்கணம் & மொழியியல்
- தமிழியலில் கலந்துவிட்ட சம்ஸ்கிருத ஆதிக்கம் விலக்கல்,
- தமிழில் கலைச்சொல்லாக்கம் / எளிய மொழியாக்கம்,
- தமிழில் இறைமை / தமிழிசை பரவல்/ தமிழில் குழந்தைப் பெயர்கள்
- தமிழில் வானியல் / அறிவியல் காதல் வளர்த்தல்,

என்று பல புலங்களில், தமிழ் மக்களோடு நேரடியாக இயங்கி வருபவர்.

வடார்க்காடு மரபில் தோன்றி, தென் தமிழக / ஈழ மரபுகளில் ஆழ ஊன்றி, சிங்கை முதலான கீழை நாடுகள், ஐரோப்பிய நாடுகள் மற்றும் அமெரிக்கக் கண்டங்களில் பரவலான பயணம் செய்து வருவதால், ஆங்காங்குள்ள மொழிமரபுகளைத் தமிழோடு ஒப்புநோக்கலும், மொழி வேர்ச்சொல் ஆய்தலும் இவர் நனி விருப்பம்.

தொழில்நுட்பம் மற்றும் பொருளியலில் முதுகலை முடித்து, கலிபோர்னியா பெர்க்லி பல்கலையில் ஒப்பியல் இலக்கியத் துறையில் முனைவர் பட்டம் பெற்று, நியூயார்க் கொலம்பியா மற்றும் பாரீசு பல்கலைகளில் பணியாற்றியுள்ளவர். ஒப்பியன் மொழியியல், இலக்கிய வரலாறு, இலக்கணப் படிமலர்ச்சி, சங்ககாலச்

செவ்விலக்கியம், இலக்கியத்தில் அறிவியல்/வானியல், மொழியில் சமூகக் கொள்கை, ஆகியன இவர் களங்கள்.

தமிழ் மட்டுமன்றி வடமொழியும் (சம்ஸ்கிருதம்) பயின்றமையால், இருவேறு மரபியல் வேறுபடுத்திக் காட்ட வல்லவர்; சாம வேதம் / சாந்தோக்ய உபநிடதப் பாடம் வல்லார்; சமணம், பௌத்தம், கிறித்துவம், இசுலாம் உள்ளிட்ட தமிழின் பக்தி இலக்கியத்தை ஆழ வாசித்து, ஆழ்வார் அருளிச்செயலும், நாயன்மார் தேவாரங்களும், இராமானுச மரபுகளும், சிறப்பாகத் திராவிட இயக்க / தனித்தமிழ் இயக்க வரலாறும் நனி பயின்றவர். எது பயின்றிடினும், இயற்கையோடு இயைந்த சங்கத்தமிழே இவர் உளக்காதல். உரையாசிரியர்களைக் கடந்து மூலநூலின் நேரடியான வாசிப்பு விழையும் இவர், ஒரு தொல்காப்பிய ஓதுவார்; அகம் சார் திருக்குறள் & புறம் சார் அறிவியல் நெறிகளே, தமிழ்த் தலைமுறையின் விடியல் என்பதிவர் துணிபு.

'சேக்சுபியரும் சிலப்பதிகாரமும் – நாடக ஒப்பியல்', 'திருக்குறளில் ஓவிய அமைப்பும் சொல்வகுப்பும்', உள்ளிட்ட 15+ ஆராய்ச்சித் தாள்களை அளித்துள்ள இவரின் முனைவர் பட்ட ஆய்வேடு, 'இளங்கோ வென்ற தமிழ்; கம்பன் கொன்ற தமிழ்' (இரு பெரும் தமிழ்க் கவியாளுமைகளைச் சமூகப் பொருண்மையில் ஒப்பாய்வு) என்பதாகும். அமெரிக்க விண்வெளி நிறுவனமான, நாசாவின் சேம்சு வெப்பு விண்வெளித் தொலைநோக்கியின் பயில் சிட்டைகளைத் தமிழாக்கம் செய்துள்ளார். சிகாகோவில் நிகழ்வுற்ற, 10ஆம் உலகத் தமிழாராய்ச்சி மாநாட்டிலும் பங்களித்துள்ளார்.

இவரின் நூல்கள்: 'அறியப்படாத தமிழ்மொழி', 'What is Tamil?' (தமிழ் என்றால் என்ன?), 'Humanism & Dravidian Movement – A Success Story' (மானுடமும் திராவிட இயக்கமும் – ஒரு வெற்றிக் கதை), தமிழா? சம்ஸ்கிருதமா? ஆகியன.

காணிக்கை வணக்கம்

பெருந்தமிழறிஞர் பேரா. முனைவர். தொ. பரமசிவன் எனும்
தொ. ப. அய்யாவின்
குன்றா நினைவுக்கு நூல்வணக்கம்!

அய்யன் தொ.ப., காய்தலுவத்தல் இல்லாச் செப்பம் மிகு நடுவுநிலைமைத் திறனாய்வு வல்லுநர். தமிழியல், திராவிடவியல், சமூக மாந்தவியல் (Social Anthropology), நாட்டாரியல் & வரலாற்றியல் அறிஞர். பல தரவுகளை உள்ளடக்கிய தமிழ்/திராவிட நாட்டார்ப் பண்பாட்டியல் ஆராய்ச்சிக் கருவூலம்!

பகுத்தறிவு & பக்தி இலக்கியம் இரண்டிலும் வல்லவரான பேரா. தொ.ப.! கல்விப்புல ஆராய்ச்சிகள், சமூகப் பயன்பாட்டிற்கு உதவ வேண்டும் என்ற ஆழ்ந்த கருத்துடையவர். மேலிருந்து கீழாகச் செய்யாமல், கீழிருந்து மேலாகச் செய்யப்படும் ஆய்வுகளை விழைந்தவர். "வரலாற்று வாசிப்பு என்பது மானுட வாசிப்பே; சமூகமும் மக்களுமே மொழியியலை இயக்கும் அச்சாணி" என்று பலமுறை பகன்றவர். தமிழ்மொழியும் சமூகநீதியும் ஒரே நாணயத்தின் இரண்டு பக்கங்கள்; அந்த நாணயத்தின் மாசில்லாக் காசாளர், தொ. ப. அய்யா!

‘அறியப்படாத தமிழ்மொழி’ நூலின் முதற்படியை, ‘அறியப்படாத தமிழகம்’ எழுதிய அவரின் ‘திருவடி’யில் வைத்து வணங்கிய பின்னரே வெளியிட்ட ஆசிரியமாணவ நெகிழ்நிகழ் உந்த உந்த, புன்னகை பூத்த திருமுகம் பொலியும் தொ.ப. அய்யனின் கனத்த நினைவுகளுடன், அவர் முன்னெடுத்த தமிழ் ஆதிகுடிநாட்டார் மரபியல் முறையில், அவருக்கே தமிழ் ஆதிகுடிநாட்டார் நடுகல், காணிக்கை வணக்கம்!

மண்ணுக்குள் மறைந்தாலும், இந்த மண்ணாகவே, தமிழ் மண்ணாகவே ஆகி, வாழ்வார், வாழ்வார், வாழ்வார் !

பொருளடக்கம்

1.	தமிழ்மொழி, வடமொழியைவிடப் பழமையானதா? ஆதாரம் உளதா?	01
2.	தமிழில் பிற மொழிகளின் கலப்பு திணிக்கப்பட்டதா?	25
3.	எவருடைய காலத்தில் தமிழ் பிற மொழிக் கலப்பு இல்லாமல் இருந்தது?	27
4.	தமிழில், பிற மொழிக் கலப்புக்கும், ஆங்கிலக் கலப்புக்கும் வேறுபாடு என்ன?	34
5	ஒரு சொல், தமிழா (அ) வேற்று மொழியா? என்று அறிய எளிய வழி என்ன?	37
6.	'இலக்கணம்' என்ற சொல்லே, சம்ஸ்கிருதத்தில் இருந்துதான் வந்ததா?	40
7.	எதுகை, மோனை தமிழ்ச் சொத்தா (அ) பிற மொழிகளிலும் உண்டா?	44
8.	வேள்வி என்பது தமிழர் மரபா? திருக்குறளில் வேள்வி வருகிறதா?	46
9.	தமிழ்க் கடவுள் முருகன்மீது புனையப்பட்ட சம்ஸ்கிருதக் கதைகள் யாவை?	50
10.	ஈரானிய யாசிதி (*Yazidi*) மக்கள் வழிபடும் கடவுள், முருகன்தானா?	57
11.	தமிழ் இலக்கணத்துக்கு மட்டுமே உரிய சிறப்புகள் யாவை?	59
12.	தமிழ் இலக்கணம் நெகிழ்வானது என்பதற்கு என்ன சான்று?	63
13.	தமிழ் இலக்கணத்தின் மீது திணிக்கப்பட்ட மொழி அரசியல் என்ன?	65
14.	தமிழ் இலக்கணத்தில் சமகாலத்தில் ஏற்பட்ட மாற்றம் எது?	72
15.	தமிழ் இலக்கணப்படி ஒரு பெயர் எந்த எழுத்துகளில் துவங்கக் கூடாது?	76
16.	திருக்குறளில் கண்ணோட்டத்தை உயர்த்தி/ஒதுக்கி முரண்படுவது ஏன்?	79

17.	'விலையில்லா' என்று இலவசத்துக்கு மாற்றாகப் பயன்படுத்தல் சரியா?	81
18.	தமிழில் 'ஓர்'/'ஒரு' ஆகியவற்றை எங்கே பயன்படுத்த வேண்டும்?	82
19.	வல்லினம் மிகும் இடம்/மிகா இடம் பற்றி இலகுவாக அறிய வழி என்ன?	84
20.	ஆய்த (ஃ) எழுத்தை நாம் ஏன் அதிகம் பயன்படுத்துவதில்லை?	88
21.	தமிழில் ஏன் கிரந்தம் தவிர்க்க வேண்டும்?	90
22.	தமிழில் எழுதும் போது பெரும்பாலானோர் செய்யும் பிழைகள் என்ன?	92
23.	தமிழுக்குப் பதிலாகத் தினசரி பயன்படுத்தும் ஆங்கிலச் சொற்கள் யாவை?	94
24.	தமிழின் பெருமை பேசுவோர் உண்மையிலேயே தமிழை வளர்க்கிறார்களா?	98
25.	முதன்மையாகப் பயன்படுத்தும் சொற்பிறப்பியல் அகராதி எது?	100
26.	இணையச் சொற்பிறப்பியல் பேரகராதியை முழுதும் பின்தொடரலாமா?	101
27.	தமிழில் அனைத்து எழுத்துகளுக்கும் யுனிகோட் எழுத்துரு உள்ளதா?	103
28.	பாடநூல் கழகத் தமிழ் நூற்பொருளில் என்ன மாற்றம் தேவை?	105
29.	தமிழில் கல்வி கற்றோருக்கு அரசுப்பணி முன்னுரிமை அளிக்காதது ஏன்?	110
30.	தமிழுக்கு, ஓர் உலகக் கட்டுப்பாடு ஆணையம் தேவையா?	114
31.	பொதுச் சொல்லாக்கத்தில் சங்கச் சொல் மறுசுழற்சி செய்யலாமா?	117
32.	மாதவிப்பந்தல் தொடருமா?	120
33.	ஐம்பெருங் காப்பியங்களில் மிகக் கவர்ந்தது எது?	123
34.	யார் தமிழர்? -இக்கேள்விக்கு உண்மையான பதில் யாது?	133
35.	கணினித் திறன் பெற்றவர்கள் தமிழுக்கு எவ்வாறு தொண்டாற்றலாம்?	139

மடல் உரை – தமிழன்புள்ள வாசகா

தமிழ்மொழியைக் காதலிக்கும் அன்பு கெழுமிய அனைத்துலக மக்களுக்கு,

முதல் வணக்கம்!

இந்நூல் எழுந்த கதை சுவையானது. வாருங்கள், கதை சொல்கிறேன்.

●━━━•••••━━━●

தமிழ் ஆர்வலர்கள் பலர், இணையத்தின் இட்டேரியில், என்னிடம் கிடுக்கிப்பிடிக் கேள்விகள் எழுப்புவது வழக்கம். நானே ஒரு பேராசிரியராக இருப்பினும், அன்பர்கள் கேள்வி கேட்கும் போது, கேட்பவரே எனக்கு ஆசிரியர் ஆகிவிடுகின்றார். ஏனெனில், கேள்வி என்பது தேடலால் விளைகின்றது. தேடலுக்கு மேலும் வழி வகுக்கின்றது. அத்தேடலை நம்முள் விதைப்போர் யாராயினும், நமக்கு அந்த நேரத்து ஆசிரியர்களே!

தமிழ்க் கோரா (Tamil Quora) என்கிற அறிவுபகிர் தளத்திலே, என்னை வல்லுநர் வினாவிடை அமர்வுக்கு அழைத்திருந்தனர். அமர்வுக்கு நான் வருகிறேன் என்பதை அறிந்த பலரும், கேள்விக் கணைகளை வீசிவிட்டுக் காத்திருந்தனர். ஐரோப்பா-நியூசிலாந்து நேர வேறுபாட்டால், இளங்காலை வேளையில் தினம் ஒரு திருப்பள்ளியெழுச்சி (ஸுப்ரபாதம்) போல், தினம் ஒரு கேள்வியுடன் தான், கட்டிலில் இருந்து எழுந்தேன்; எழுப்பப்பட்டேன்.☺

Quora தளச் சமூக மேலாளர் திரு. செல்வ கணபதி (*Aid Selva*) அவர்கள், ஒவ்வொரு கேள்வியாக என்னிடம் வாசிக்க, அவற்றுக்கு வாய்மொழியாகப் பதில் உரைக்கலுற்றேன்.9 அவற்றைப் பேச்சிலிருந்து எழுத்தாக்கிப் (*Speech-to-Text*), பகிரப்பகர, பரவிற்று தீ!

அறிஞர் அண்ணா அவர்கள், 'தீ பரவட்டும்' என்றொரு நூலை எழுதினார். அதில், பல ஆண்டுகளாக, நமக்கு நாமே, அறிந்தோ அறியாமலோ கற்பித்துக் கொண்ட தகவல்களை, உரைகல்லால் உரசி, செவ்வி செய்துகொள்ளச் சொல்வார்.

அறிவுத் தேடலின் முதற்படி: நம்மை நாமே மறுப்பது! நம்மை நாமே மறுத்துக் கொண்டால், பிறர் நம்மை மறுப்பது கடினமாகிவிடும்.☺

நம்மை நாமே மறுத்துமறுத்து, நம் தற்பிடித்தங்களைத் தூசுதட்டிக் கொள்ளக் கொள்ள, பிடித்தங்கள் தாண்டிய தரவுவெளியில், நாம் இயங்கும் பழக்கம் வாய்த்துவிடும். அது வாய்த்துவிட்டால், என்றுமே நமக்கு வெற்றிதான். "சென்ற இடத்தாற் செலவிடா, தீது ஒரீஇ, நன்றின் பால் உய்ப்பது அறிவு" என்ற ஐயன் வள்ளுவனின் வாழ்வியல், நமக்குள்ளும் வந்துவிடும்.

Quora தளத்தில், வினா விடைகளின் உரசலால் பற்றிக் கொண்டது தீ! என்னிடம் வினவப்பட்ட 35 கேள்விகளுமே, நுட்பமான விறுவிறு வினாக்கள்தான். ஆனால் 1 கேள்வி மட்டும், சமையலறையில் தோசையூற்றும் போது, எண்ணெய்த் துணியில் நெருப்பு பிடித்துக் கொண்டது போல் பற்றிக் கொண்டது.

"தமிழா? சம்ஸ்கிருதமா? எது பழமையானது? தரவு உள்ளதா?" என்ற அந்த 1 கேள்வி மட்டும் குபுகுபு என்று பற்றிக்கொண்டதோடு மட்டுமல்லாமல், ஊரெங்கும் நெகுநெகு என்று வளர்ந்து பரவியது. செய்தித்தாள்கள், வாரயிதழ்கள் என்று பல ஊடகங்களில், அக் கேள்விக்கான பதிலை மீள்பதிக்கத் துவங்கினார்கள். அந்தத் தீப் பறக்கும் தோசையே, சூடு குறையாமல், வாசமிகு தையிலையில் மடிக்கப்பட்டு, நூல் சுற்றி, இப்போது உங்கள் கைகளில்!

நம் மொழி, எம் மொழிக்கும் எதிரி அன்று! ஆதிக்கத்தை மட்டுமே எதிர்க்கும்! வேறெந்த மொழிக்குள்ளும் தன்னைத் திணித்துச் சிதைக்காத அறம் மிகு மொழி, தமிழ்மொழி! இம்மொழிக்கு யாதும் ஊரே, யாவரும் கேளிர்! (யானும் சம்ஸ்கிருதம் உட்பட, சற்றேற 12 மொழிகள் அறிவேன்).

தமிழ்மொழி, மக்கள் மொழி! பண்டித மொழி அன்று!

முன்னெப்போதைவிடவும் இப்போது தமிழ்மொழியியல், அறிஞர்களைக் கடந்து, மக்களிடையேயும் பரவத் துவங்கியுள்ளது. தமிழ் இலக்கியம், தமிழ்த் தொல்லியல், தமிழ் வரலாறு -யாவும் பொதுமக்களே பேசத் துவங்கிவிட்டனர்.

அன்று சமஸ்தானங்களில் ஒரு சிலரிடம் மட்டும் சிறைப்பட்டிருந்த தமிழ், இன்று வீட்டுக்கும் வீதிக்கும் வரத் துவங்கிவிட்டது. கீழடித் தொல்பொருள் அகழாய்வில், அறிஞர்கள் மட்டுமல்லாமல், பொது மக்கள் காட்டும் அன்பும் ஆர்வமும் கண்டு, தமிழ்த்தாய் உள்ளபடியே மகிழ்வாள். "அன்பு ஈனும் ஆர்வம் உடைமை; அது ஈனும் நண்பு என்னும் நாடாச் சிறப்பு" என்பது ஐயனின் குறள். அன்பு ஆர்வத்தை ஈனும்; ஆர்வம் நட்பை ஈனும். மக்களுக்கும் மொழிக்குமான அந்த **அழகிய நட்பு பூக்கத் துவங்கிவிட்டது!**

மக்கள்-மொழி நட்பு இன்னும் வளர்ந்து ஆழங்கால் பட வேண்டும். அறிய அறியத்தான் அறியாமை அகலும். தெரியத் தெரியத்தான் தெரியாமை விலகும். மக்களுக்குத் தெளிவு பிறக்கும். இனத்துக்கு மானம் பிறக்கும்!

மொழியை நோக்கிய நம் பயணங்கள், வெற்றுப் பெருமை **பாட அல்ல! வேர்களை அறிய!** பல்லாண்டுகளாக ஒடுக்கப்பட்ட மக்கள், சமூகநீதியால் மேல் எழும்புதல் போல், பல்லாண்டுகளாக மறைக்கப்பட்ட மொழியியலும், சமூகநீதியால் மேல் எழும்பும்!

மொழி நோக்கிய பயணத்தில், பிழையான கற்பிதங்களை விலக்கி, அறிவியல் தரவுகளோடு பாதைகளை வகுத்துக்கொள்வதே மொழி நலம். பல கற்பிதங்கள், மாற்றார் சதியால் விளைந்திருக்கலாம்; சில கற்பிதங்கள், நம் போலிப் பெருமையாலும் விளைந்திருக்கலாம்; சில கற்பிதங்கள் அறியாமையால் விளைந்திருக்கலாம். அவை யாவும், அறிவியல் துணைக்கொண்டு திருத்திக்கொள்வோம். **இனி வரும் நூற்றாண்டுகளில் அறிவியலே, தமிழின் நண்பன்!**

தரவுகளால்தான் அறிவியலின் சீர்மை! அதே போல் தரவுகளால், நம் கற்பிதம் பலவற்றைச் சோதித்துப் பார்த்து, பிழைகளைக் களைந்து கொள்வோம். "இழுகினான் ஆகாப்பது இல்லையே, முன்னம் எழுதினான் ஓலை பழுது" என்பது நாலடியார் தமிழ் நெறி! பழுதான ஓலைகளை மாற்றி எழுதுவோம்!

• • • • • •

★கற்பிதம் விலக்கி, கேள்வி கேட்டுக்கேட்டுப் பரவியதே அறிவியலின் வெற்றி!

★கற்பிதம் விலக்கி, கேள்வி கேட்டுக்கேட்டுப் பரவலே தமிழ் வெற்றி ஆகட்டும்!

அந்த நோக்கில் வெளிவரும் **கேள்விகளின் புத்தகமே இது!** கேள்வி கேட்டோர், கேட்கின்றோர், கேட்போர் – யாவருக்கும் நனி நன்றி. கேள்வியால் வேள்வி செய்வோம் வாருங்கள்! -இது தமிழ் வேள்வி! தமிழ்க் கேள்வி!

வருக; வாசிக்க!

பேரா. வீ. அரசு
மேனாள் தலைவர்,
தமிழ் இலக்கியத் துறை,
சென்னைப் பல்கலைக்கழகம்

மொழி அரசியல்

திருவாளர். பேரா. முனைவர். கண்ணபிரான் ரவிசங்கர், (இனி, கரச) அவர்களின் இந்த நூலை வாசித்த பின் என் உள்ளத்தில் உருவான நினைவுகளை பின்வருமாறு தொகுத்துக் கொள்கிறேன்.

— வடமொழிகளாகிய பிராகிருதம், சம்ஸ்கிருதம் ஆகியவை தமிழோடு கொண்டிருந்த உறவுகளை, இன்றைய கண்ணோட்டத்தில் எவ்வாறு புரிந்து கொள்வது? எப்படிச் செயல்படுவது என்பதற்கான அறிவியல் பூர்வமான உரையாடல்கள்.

— தமிழைத் தாய்மொழியாகக் கொண்டோரும், தமிழை இரண்டாம் மொழியாகக் கற்றுக் கொண்டோரும், தமிழில் பல்வேறு தனித் தன்மைகள் எவையெவை என்பதை அறிவதற்கான உரையாடல்கள்.

— சமூக ஊடகச் செயல்பாடுகள் உருப்பெற்று வரும் இன்றைய சூழலில், நமது மொழியை எவ்வாறெல்லாம் வளர்த்தெடுப்பது என்ற ஆக்கபூர்வமான சிந்தனைகள்.

மேற்குறித்த மூன்று அடிப்படைகளில், முதல் பகுதி குறித்து மட்டும், விரிவாக உரையாடல் நிகழ்த்த விரும்புகிறேன். மற்ற இரண்டு குறித்து விரிவான பேச்சுக்கள் பல நிலைகளிலும் முன்னெடுக்கப் பட்டுள்ளன. அது குறித்த எனது உரையாடல்களைத் தவிர்க்கிறேன். ஏனெனில் கூறியது கூறலாக அமைந்துவிடும் என்று.

தமிழ், சம்ஸ்கிருதம் என்னும் இருமொழிகள் சார்ந்து, முனைவர். கரச அவர்கள் முன்வைக்கும் விவாதங்களைப் பின்வரும் வகையில் தொகுத்துக் கொள்ளலாம்.

— தொல்லெழுத்தியல் (Paleography) துறைசார்ந்து தமிழ்மொழி பெற்றிருக்கும் ஆவணமாக அமையும் தரவுகளைச் சம்ஸ்கிருதம் பெற்றிருக்கவில்லை.

— மொழிகளிடையே கலப்பு என்பது இயல்பான நிகழ்வு. ஆனால் சம்ஸ்கிருதக் கலப்பு என்பது திட்டமிட்ட சதிச் செயல்

— அதிகாரம் பெற்ற மொழியாக சம்ஸ்கிருதம், ஆளும் வர்க்கத்தால் முன்வைக்கப்பட்ட வரலாறு

— பிராகிருத மொழி தமிழொடு கொண்டிருந்த உறவு நிலைகளையும், சம்ஸ்கிருதமும் பிராகிருத மொழியும் தமக்குள் கொண்டிருந்த உறவு நிலைகளையும் புரிந்துகொள்ளுதல்.

மேற்குறித்த நான்கு அடிப்படைச் செய்திகளையும் கொஞ்சம் விரித்துப் பேசுவோம்.

தொல்லெழுத்தியல் சார்ந்து மரபுபென்பது ஒரு குறிப்பிட்ட மனிதக் குழுவின் தொன்மையைக் குறித்த மூலாதாரமாக அமைவது. அந்தக் குழு எவ்வாறு ஓரிடத்தில் வாழ்ந்தது? (Settlement), அந்தக் குழுவின் பரவல் (Migration) எவ்வாறெல்லாம் நிகழ்ந்தது? எங்கெங்கே அக்குழு வாழ்ந்தது? (Topography) ஆகிய பல்வேறு தரவுகளை அறிய உதவும் மூலச் சான்று தொல்லெழுத்தியல் ஆகும். மூல திராவிட வடிவம், அதில் கூறப்பட்ட படிப்படியான மாற்றங்கள் ஆகியவை குறித்த தரவுகள் தமிழுக்குக் கிடைத்துள்ளன.

சிந்துவெளி நாகரிகத்தில் கிடைக்கும் முத்திரைகள், கொடுமணல், ஆதிச்சநல்லூர், அழகன்குளம், கீழடி ஆகிய பல்வேறு இடங்களில் காணப்படும் பல்வகைப் பொறிப்புகள், தமிழ் பிராமி அல்லது தமிழி என்று கண்டறிந்துள்ள எழுத்துருக்கள், வட்டெழுத்துக்கள், பல்லவ கிரந்த எழுத்துக்கள், தமிழ் எழுத்து வடிவங்கள் என்று அமையும் தொல்லெழுத்துச் சான்றுகள் தமிழின் தொன்மைக்கான அடிப்படைகளாக அமைகின்றன. இதுகுறித்து விரிவான விவரணக் கட்டு, பேரா. கா. இராஜன் அவர்களின் "தொன்மைத் தமிழ் எழுத்தியல்: குறியீடுகளிலிருந்து தமிழ் பிராமியை (தமிழி) நோக்கிய பயணம் (2018)" நூலை வாசிக்க வேண்டுகிறேன். இந்நூல்வழி நமக்குக் கிடைக்கும் தொன்மை குறித்த சான்றுகளை, இன்றைய சூழலில் முன்னெடுக்கப்படும் மரபணுவியல் ஆய்வுகள் உறுதிப் படுத்துகின்றன. இடப்பெயர்வு எனும் மனிதக் குழுவின் வரலாறுகள், மரபணுவியல் சார்ந்த மூலத்தரவாக அமைகின்றன.

மேற்குறித்த தமிழ்த் தொல்லெழுத்தியல் மரபில் கிடைக்கும் மூல ஆதாரங்கள் எதுவும் சம்ஸ்கிருத மொழிக்கு இல்லை. அம்மொழிக்கென எழுத்துரு இருப்பதாகக் கூறமுடியாது. வெவ்வேறு எழுத்துருக்களை அம்மொழியைப் பதியச்செய்ய கடன் வாங்கியுள்ளனர். சம்ஸ்கிருதம் பதிவு செய்யப்படும் எழுத்துருக்களில், இன்னும் வேறு பல மொழிகளும் பதிவு செய்யப்படுகின்றன.

இந்த அடிப்படையான தரவுகளை, வரலாறு குறித்த புரிதலுக்காக, நாம் முன்வைக்கிறோம். இதில் உயர்வு – தாழ்வு, பெருமை இழிவு என்னும் மதிப்பீடுகளுக்கு இடமில்லை. அவ்வாறு அணுகுவது அறிவியல்பூர்வ பார்வையும் அன்று. எனவே தரவுகளைப் புரிந்து கொள்ளுங்கள் என்பதே நமது வேண்டுதல். இத்தன்மைகள் குறித்துப் பல்வேறு உரையாடல்களை இந்த நூல் எளிமையாகவும் ஆழமாகவும் முன்வைக்கிறது. வரலாற்றுச் சான்றுகளை முன்னிறுத்திப் பேசுகிறது. மதிப்பீடுகளை முன்னிறுத்தவில்லை. அந்த வகையில், இந்நூல் தமிழின் தொன்மை குறித்துப் புரிதலை வேண்டுவோருக்கு அரிய தரவாக அமைகிறது.

இந்நூலில் மொழிக்கலப்பு தொடர்பான இயல்பான அறிவியல் உண்மைகளை, எளிமையாகப் பேசுவதைப் பார்க்கிறோம். உலகில் எந்த மொழியும் தனித்திருக்க முடியாது. கலப்பு என்பது இயல்பு. அது அம்மொழிக்கான சமூக ஊடாட்டங்களை அடிப்படையாகக் கொண்டது. ஒரு மொழி இன்னொரு மொழியோடு கலப்பது என்பது, மூலமொழிக்கும் கலந்த மொழிக்கும் பகைமுரணாக அமையக் கூடாது; மாறாக வளமாக அமைய வேண்டும். ஆங்கில மொழி உள்வாங்கியுள்ள கலப்புகளை நாம் இந்த அடிப்படையில் புரிந்துகொள்ள முடியும். ஆனால், தமிழொடு கலந்த சம்ஸ்கிருதம் இயல்பாக அமையவில்லை. வலிந்து செய்யப்பட்ட அதிகார வெளிப் பாடாகவே இருக்கிறது. பல்லவர் காலம் முதல் சம்ஸ்கிருதம், தமிழோடு நெருக்கமான உறவுகளைப் பேண ஆரம்பித்தது. அதற்கு முன் அவ்வாறு இல்லை. இரண்டு மொழிகளும் அதனதன் இயல்புகளோடு இயங்கியதைக் காண்கிறோம். பல்லவ கிரந்தம் எனும் எழுத்துருவைச் சம்ஸ்கிருத மொழியின் ஒலிக் கூறு பிறழ்ந்து எழுதுவதற்காக உருவாக்கும் சூழல் உருவானது. தமிழில் சம்ஸ்கிருத ஒலிப்பில் உள்ள ஒலிகள் இல்லாத சூழலில், அவ்வொலிப்பிற்காகப் புதிய எழுத்துக்களை உருவாக்கியது ஒருவகையான புலமைத்துவச் செயல்பாடு தான். இரண்டு மொழிகளுக்கான ஒலிப்பு முறைகளைத் தனித்தனியாகப் பதிவு செய்யும் வாய்ப்பு. ஆனால் காலப்போக்கில் இந்த ஒலிப்பு முறை பெரும்பகுதியாகி, தமிழ் குறைக்கப்பட்டு, மணிப்பிரவாளம் என்னும் கலப்புமொழி உருவாக்கம் என்பது தமிழுக்கு வளமாக அமையவில்லை. தமிழைப் புறக்கணிக்கும் அதிகாரமாகவே அது உருப் பெற்றது. நல்லவேளையாக இருபதாம் நூற்றாண்டில், அதிலிருந்து படிப்படியாக வெளியேறி, மீண்டும் நமது மூலமொழி ஒலிப்புக்கு

வழி கண்டிருக்கிறோம். இதற்கென உருவான சமூக இயக்கங்களின் பங்களிப்புகள் வியந்து பேசத்தக்கவை. முனைவர். கரச அவர்கள் இந்த அடிப்படைகளை அறிவியல் பூர்வமாகவும் உணர்வு பூர்வ மாகவும் இந்நூலில் முன்னெடுத்து உரையாடல் நிகழ்த்தியுள்ளார். இந்தக் கண்ணோட்டத்தில் இந்த நூலின் சிறப்பை நாம் புரிந்து கொள்ளமுடிகிறது.

•••••

பிரித்தானியர்களால் உருவாக்கப்பட்ட இந்தியா என்ற நிலப்பகுதி, சிந்துநதி பாயும் நிலப்பகுதியில் தொடங்கி, குடகு நாட்டின் வழியாக, இன்றைய ஒரிசா வரை நீண்டு, அது யாழ்ப்பாணக் குடாநாட்டின் ஈழம் எனும் நாடு வரை நீள்கிறது. இது இன்று தக்காண பீடபூமி, மேற்குத் தொடர்ச்சி மலை, அரபிக் கடல், கிழக்குத் தொடர்ச்சி மலை, வங்காள விரிகுடாக் கடல் எனும் பகுதிகளை உள்ளடக்கியது. இன்றைய இந்தியா என்று நிலப்பகுதியில் சுமார் 60 விழுக்காடு அளவைக் கொண்டது. இந்த நிலப்பகுதி தான் மூலதிராவிட மொழி புழங்கிய பகுதி.

மேற்குறித்த நிலப்பகுதிக்கு மாற்றாக அமைவது கங்கை சம வெளிப்பகுதி. அது வெளியிலிருந்து வந்து குடியேறிய வரலாற்றை, இன்றைய மரபணு ஆய்வுகள் உறுதிப்படுத்துகின்றன. இவ்வாறு குடியேறியவர்கள், பின்னர் வேதமரபுகள் சார்ந்து கட்டமைத்த மரபு தான் பார்ப்பனீயம் எனும் ஆதிக்க மரபு. இதனை வைதீக மரபு என்று அழைக்கிறோம். ஆனால் திராவிட மரபு வளர்ந்து, செவ்விலக்கியங்கள் ஆகிய பிரதிகளின் வழி உருவான மரபுகள் என்பவை இயற்கை சார்ந்த, இயற்கையோடு இயைந்த மரபுகள். அவை வைதீக மரபுக்கு முரணானவை. அதனை ஆன்மீக மரபு என்று அடையாளப்படுத்துகிறோம். இந்த வரலாறு விரிவாகப் பேச இது தருணமன்று. ஆனால், சம்ஸ்கிருத மொழி வைதீக மரபில் உருவானது என்ற புரிதல் நோக்கி மேற்குறித்த சுருக்கமான பதிவைச் செய்துள்ளேன்.

இவ்வகையில் விரிவான இப்பண்பாட்டு ஆதிக்கத்தின் அடையாள மாக அமைவது சம்ஸ்கிருதம். இப்பண்பாடு பல்லவர் காலம் முதல் அரச பண்பாடாக வடிவம் பெற்றது. எனவே சம்ஸ்கிருதம் அதிகார மொழியாகியது, இயற்கை சார்ந்த மரபு பின்தள்ளப்பட்டு, பூராணிய மரபு ஆட்சிக்கட்டிலில் ஏறியது. இதனால், திராவிட மொழிசார்ந்த நிலங்களில், மொழி ஆதிக்கம், பண்பாட்டு ஆதிக்கம், கலை ஆதிக்கம், தத்துவ மரபு சார்ந்த ஆதிக்கம் எனப் பல்வேறு தன்மைகள்

உருப்பெற்றன. இதனைப் புரிந்து கொள்வதற்கான பதிவுகள் சம்ஸ்கிருத மொழியில் உள்ளன. பல்லவர் காலம், பிற்காலச் சோழர் காலம், விஜயநகர மன்னர்கள் காலம், பின்னர் வந்த சிறுசிறு அரசாட்சி செய்தோர் காலம், ஆகிய அனைத்திலும் மேற்குறித்த ஆதிக்கமே கோலோச்சியது. இன்னும் அந்த அதிகார மரபு அழியவில்லை; மாறாக, புதிய புதிய வடிவில், பாசமாக உருப்பெற்றுவருகிறது.

இந்தக் கூறுகளை, இந்நூல் நமக்கு உரிய எடுத்துக்காட்டுகள் வழி, சுவையாகவும் எளிமையாகவும் சொல்கிறது. அவற்றை வாசிக்கும் போது உணர்வுத்தளமே அதிரும் வகையில் இந்நூலின் மொழி உள்ளது. இதற்காக, இந்நூலை பலதரப்பிற்கும் எடுத்துச் செல்வது நமது கடமை.

● ‒‒‒‒‒‧‧‧‧‧‒‒‒‒‒ ●

பிராகிருத மொழியை மூலமாகக் கொண்டது தான் சம்ஸ்கிருதம். இவ்விரு மொழிகளையும் நாம் வடமொழி என்று அழைக்கிறோம். நமக்குக் கிடைத்துள்ள தமிழ்க் கல்வெட்டுகளில் கணிசமான அளவு பிராகிருதம் இடம் பெற்றிருப்பதை அறிஞர் ஐராவதம் மகாதேவன், தமது நூலில் பதிவு செய்துள்ளார் (பார்க்க: *Early Tamil Epigraphy: From the Earliest Times to the Sixth Century C.E. 2014*). நமது மொழியில் கிடைக்கும் தழுவல் காப்பியங்களான பெருங்கதை, சீவகசிந்தாமணி போன்றவைகள் பிராகிருத மொழித் தொடர்புடையவை. மகாபாரதமும் ராமாயணமும் சம்ஸ்கிருத மொழித் தொடர்புடையவை. இதில் பிராகிருதம் தமிழோடு நட்பு முரண் மொழியாகவே செயல்பட்டிருக்கிறது. சம்ஸ்கிருதம் பகை முரண் மொழியாகவே இருந்துள்ளது. பிராகிருதம் அவைதீகச் சமயங்களோடு தொடர்புடையது. சம்ஸ்கிருதம் வைதீகச் சமயம் சார்ந்தது. இந்த வகையான கூறுகள், தமிழ்மொழி, தமிழ் இலக்கியம், தமிழ் இலக்கணம், தமிழ்ப் பண்பாடு ஆகியவற்றில் கொண்டிருந்த உறவுகள் குறித்துப் புரிதல் அவசியம். இந்நூலில் அத்தன்மைகள் குறித்து விரிவான உரையாடல்கள் இடம்பெற்றுள்ளன. இதற்காக இந்நூலாசிரியரைப் பாராட்ட வேண்டும். இவ்வகையான நுண் அலகுகள் சார்ந்த அரசியல் புரிதல் அவசியம். அப்படியான தன்மைகளை நூலில் பார்க்க முடிகிறது. தெளிவான அரசியல் புரிதலுக்கு இந்நூல் உதவும்.

● ‒‒‒‒‒‧‧‧‧‧‒‒‒‒‒ ●

எனவே, தொடக்கத்தில் குறிப்பிட்டதைப் போல், சம்ஸ்கிருதம் தமிழ் தொடர்பாக இந்நூல் முன்னெடுக்கும் விவரணங்களை மட்டும்

முன்னெடுத்தோம். பிற விவரணங்கள் குறித்தும் வாய்ப்பு நேரிடும் போது பதிவு செய்வோம்.

இன்றைய சமூக ஊடகங்கள் வழி தமிழ்மொழி, தமிழ்ப் பண்பாடு போன்ற பல புலமைத்துவ உரையாடல்கள் நிகழ்கின்றன. அந்தப் பின்புலத்தில், வினாவிடை முறையில் அமைந்திருக்கும் இந்நூல், இன்றைய தேவையைச் சரியாக நிறைவேற்றுகிறது. இதனை உருவாக்கியுள்ள பேரா. முனைவர். கண்ணபிரான் ரவிசங்கரைப் பாராட்டும் கடமை நமக்குண்டு. இதனை வெளிக்கொண்டுவரும் 'தடாகம்' வெளியீட்டுக் குழு நண்பர்கள், குறிப்பாக நண்பர் அமுதரசன் அவர்களின் முயற்சிகள் வெற்றியடைய வாழ்த்துகிறேன். நன்றி.

அன்போடு,
வீ. அரசு.
16.12.2020
"கல்மரம்" பெருங்குடி,
சென்னை.

Prof. Dr. Ulrike Niklas
Institute for South-Asian
and Southeast-Asian Studies
University of Cologne, Germany

Globalizing Tamil

"Tamil or Sanskrit?"–which of these two languages is older, purer, worthier, more original,... ? - this question has been put many times already. Often, the answers have been given from an ideological rather than scientific point of view with the aim to prove the one or the other of these languages to be more authoritative. The author of the present book, Dr. Kannabiran Ravishankar (KRS), tries to mediate and to explain from an as scientific as possible point of view – although, naturally, he makes it very clear that Tamil is his mother tongue, but that he has nevertheless also learnt Sanskrit and widely quotes from Sanskrit texts.

Apart from the question - "Tamil or Sanskrit?", the present book also answers various other questions posed by the general public regarding Tamil language, as e.g. the oru/ōr usage, allegorical symbols like the peacock for Murugan and falsely comparing it with symbols used by the Yazidi, reforms needed in school textbooks, the first of the five great epics - Cilappatikāram, contributions of non-mothertongue international scholars to the Tamil language, integrating technology with Tamil etc.

Instead of confining a great classical language like Tamil within a small ideological bubble, we should extend its outreach globally using rational and scientific methods, and orient and re-orient the Tamil public towards that goal. The present book attempts the same. I wish the author, Dr. Kannabiran, well and praise him for his endeavor to take this Tamil journey on a rational road.

But let us, without going into deeper details of the contents of this book, spend a few thoughts on general aspects of "language".

Let us consider that each language of the world is an expression of the culture it has grown and developed in and from. Language always reflects the worldview of the people who speak it – some languages make this very clear: Japanese or several Southeast-Asian languages for instance, use so-called "classifiers" in front of nouns – thus dividing the world into categories. In Indonesian they are used in counting, as e.g., "human beings" (Indonesian "orang"), "animals" (Indonesian "ekor", literally "tail"), "trees, plants or other long things" (Indonesian "batang"), "small round things like eggs, rice, mangos etc." (Indonesian "butir" or "biji"). Hence, if you want to speak about "three chicken" in Indonesian, you never say "tiga ayam", but always "tiga ekor ayam", etc. Some South-American tribal languages have categories to divide the world into "eatable" and "non-eatable" items. Sanskrit, too, has interesting features – for instance, that besides Singular and Plural we here find a Dual – indicating that "duality" is considered another entity besides "singularity" and "plurality. Most other languages consider "two" as a plurality. Another specific feature in Sanskrit is that in the verbal system we find not one, but two complete sets of forms which indicate that a verbal action is carried out either in our own interest or in the interest of another person.

We also have to consider that concepts or things that are not available in a certain culture or region will also not have a term denoting them. This is the most frequent reason for foreign words creeping into a language. Good examples here are the German words "Butterbrot", "Kindergarten" and especially "Gemütlichkeit" which have been adopted into many other languages – including e.g., Russian – since these concepts were not available in other regions. Importing something new very often goes along with importing its name at the same time. In European languages we have e.g., the words catamaran ("Katamaran" in German), denoting small boats and being derived from Tamil கட்டுமரம். The word for "rice" ("rice" in English, "Reis" in German, "Arroz" in Spanish, "Riz" in French etc.) has arrived over different ways from Tamil அரிசி. And there is much reason to think that the English term "cash" comes from Tamil காசு. And there may be more examples. Using all these words doesn't make English, German, Spanish, French etc. less English, German, Spanish, French. It doesn't rob the languages of their own character, if words from other languages are inserted. It only documents contact with other cultures and a rich cultural exchange. Hence, there is no reason to be afraid of loanwords!

The situation changes, when influences are found in a deeper level of a language – in its phonetic system and/or its overall grammatical structure. Tamil grammar has survived the centuries and millennia (as far as we can judge) quite safely and strongly. The very specific characteristics of Dravidian languages are all there, e.g., agglutination (instead of inflection), relative-clause constructions in a manner as we do not know them from any other language group, the very specific use of Participial-nouns and Verbal-nouns. Tamil has absolutely retained its specific characteristics that we know already from Tolkāppiyam. The only instance, where a "foreign" influence might be spotted is in the phonetic system. It is very obvious that Sanskrit has absorbed "retroflex" or "cerebral" consonants only after the language's spread throughout India – these sounds are not indigenous to that language. And if we might believe Emeneau's fascinating article "India as a linguistic area", retroflexes or cerebrals might not be original in Tamil, neither – they might have crept into all Indian languages through the influence of Munda-idioms, and that – millennia ago, so that we consider them today as "natural" in Tamil, as well as in "Sanskrit".

Extreme purism is not stimulating for a culture and a language – on the contrary: it might inhibit the development. Neither is age an indicator for quality. The often-held discussions about the age of certain literary works carry a sense only within the context of comparative literature and the question of which literature has been influenced by which other. No literary work gains in quality or importance just by being assigned an unprovable antiquity. Nor is a language more worthy, pure or original simply by being proven to be older than another language.

My reasoning should not be misunderstood as a critique of the present book. The author finds answers to some of these questions and he illustrates his reasoning very aptly and in a prolific manner. I, personally, feel though, that we could best express our love for Tamil and our proudness of this language and culture by showing trust and confidence in its strength and quality – and that would be the moment, when most of these questions will not need to be put any more at all.

With best wishes to "KRS".

Ulrike Niklas.

The ninth of January, 2021

Cologne, Germany

கரு. பழனியப்பன்
(தமிழ்த் திரை இயக்குநர், ஊடக ஆற்றுநர்)

நூல் பிடிக்கும் நூல்!

வணக்கம்.

பேராசிரியர் தொ. பரமசிவன் (தொ.ப) அவர்களைக் கிட்டத்தட்ட இரண்டாண்டு காலம், தினமும் தொடர்ச்சியாகப் பார்க்கும் வாய்ப்பைப் பெற்றவன் நான். ஆனால், அவரிடம் படிக்கும் பேற்றைப் பெறாதவன் நான். காரணம்: அவரோ தமிழ்த் துறையின் பேராசிரியர், நானோ ஆங்கிலத் துறையின் மாணவன். மதுரை தியாகராசர் கலைக் கல்லூரியில் அவர் ஒரு பேராசிரியர்; பெரும் ஆசிரியர்; அதாவது, ஆசிரியர்களே வியக்கும் பேராசிரியர்; அவரிடம் படிக்கும் மாணவர்கள் அவரைப் பற்றிப் பேசும் பொழுது வியப்பாக இருக்கும். அதன் பிறகு அவரிடம் மிகச் சொற்பக் காலம் பழகும் வாய்ப்பைப் பெற்றேன். பின்னர், நான் வேறோர் இடத்திற்கு வந்துவிட்டேன்.

அண்மையில் பேரா. தொ.ப அவர்கள் மறைந்த பிறகு, அவர் பேசிய காணொளிகளும் ஒலிக்குறிப்புகளும், சின்னச் சின்ன துண்டுத் துண்டுகளாக, வலைத்தளங்கள் பலவற்றிலும் பகிரப்பட்டு வந்தன. அதிலொன்றில், அவரிடம் ஒரு கேள்வி கேட்கிறார்கள். "அடுத்த பிறப்பு என்று ஒன்று இருந்தால், ஆண்டவன் உங்களிடம் வந்து, அடுத்த பிறப்பு என்னவாக வேண்டும்? என்று கேட்டால், நீங்கள் என்ன கோருவீர்கள்?" என்று வினவும் போது அவர் சொல்கிறார், "அப்படி ஒன்று நடக்க வாய்ப்பே இல்லை; ஒருவேளை அப்படி நடந்தால், அந்தப் பிறப்பிலாவது, சிலப்பதிகாரத்தை ஒழுங்காக முழுமையாகப் படிக்க வேண்டும்" என்றார் பேரா. தொ. ப. அந்தப் பதிலைக் கேட்டபொழுது மிகப் பெரிய வியப்பாக இருந்தது.

ஆசிரியர்களுள் பேராசிரியராக இருக்கும் பேரா. தொ.ப அவர்களே, "இந்தப் பிறப்பு போதாது, சிலப்பதிகாரத்தை முழுமையாகவும், ஒழுங்காகவும் படிப்பதற்கு என்று சொல்கிறாரே" என்று வியப்பாக இருந்தது. 'தமிழா? சமஸ்கிருதமா?' என்ற இந்த நூலில், பேரா. தொ.ப போலவே, பேரா. கண்ணபிரான் இரவிசங்கர் (க.ர.ச) அவர்களும், "ஐம்பெருங் காப்பியங்களுள் உங்களுக்குப் பிடித்தது

எது?" என்று கேட்டால், "ஓர் ஒப்புமைக்காகச் சொல்கிறேன்; ஐந்து காதலிகளில் யாரைப் பிடிக்கும்? என்று கேட்பது போல் இது" என்று சொல்லிவிட்டு, சொன்ன வேகத்திலேயே, "எனக்கு மிகவும் பிடித்த நூல் சிலப்பதிகாரம் தான்" என்கிறார்.

மன்னனைச் சார்ந்தே பாடல்கள் பாடிக் கொண்டிருந்த காலக் கட்டத்தில், மன்னன் சார்ந்த சமூகச்சூழலில் பொதுமக்களைக் கதைமாந்தர்களாக, கதைத்தலைவர்களாக வைத்து எழுதப்பட்ட நூல் சிலப்பதிகாரம் மட்டுமே. பேரா. முனைவர் க.ர.ச அவர்களும், எங்கோ இருக்கும் கண்ணகி, மாதவி, கோவலன் போன்ற பொதுமக்களைத் தலைவனாகவோ தலைவியாகவோ வைப்பது அன்றைய காலக்கட்டத்தில் அத்துணை எளிதான செயல் அல்ல என்று குறிப்பிடுகிறார். பிறகு, இளங்கோவின் சிறப்பு என்ன?, சிலப்பதிகாரத்தின் சிறப்பு என்ன?, அது பேசுகின்ற பெண் சமூக விடுதலை என்ன?, சம உரிமை எவ்வாறு பேசுகிறது? என்று தொடர்ச்சியாக விவரிக்கின்றார். ஒரே ஒரு கேள்வி, ஒருவர் கேட்கின்றார்; ஆனால் அந்த ஒரு வரிக் கேள்விக்கு, கிட்டத்தட்ட 12 பக்கம் சிலப்பதிகாரத்தின் சிறப்புகளை எல்லாம் சொல்லிச்சொல்லி ஆத்துப் போகிறார் நம் க.ர.ச.

நம் கையில் இருக்கின்ற 'தமிழா? சமஸ்கிருதமா?' என்ற நூலே கேள்விகளால் ஆனது. சமூக வலைத்தளங்களில் அவரிடம் கேட்கப்பட்ட கேள்விகளுக்கு, அவர் கொடுக்கின்ற விளக்கங்களின் தொகுப்பு தான் இப் புத்தகம். இன்றைய தமிழ்ச் சூழலில், சமூக வலைத்தளங்களில் கேள்வியை முன்வைத்தால், உரையாடலைத் தொடங்கும் முன்பே மூன்றாவது வரிக்குள், உங்களிடம் ஆபாசச் சொற்களில் பேசத் துவங்கி விடுவார்கள் பலர். காரணம், அவர்களிடம் சொல்லுவதற்கு ஒரு தத்துவமும் இல்லை, ஒரு தரவும் இல்லை. அவர்களுக்குத் தெரிந்ததெல்லாம் நம்மையும் நம் வீட்டுப் பெண்களையும் ஆபாசமாகப் பேசுவதன்றி வேறெதுவுமில்லை. அதற்குக் காரணம், தத்துவக் குறைபாடுகள் தான். ஆனால், கண்ணபிரானிடம் இத்தனை கேள்விகளைக் கேட்கும் பொழுதும், எதற்கும் அசராமல், எல்லாக் கேள்விகளையும் எதிர் கொள்கிறார். அதுவே அவர் சிறப்பு.

அதனினும் மிகச் சிறப்பு என்னவென்றால், "யார் தமிழன்?" என்ற கேள்விக்கு, இந்தப் புத்தகத்தில் உண்மையான பதில் ஒன்று இருக்கிறது. வலைத்தளங்களில் அந்த ஒன்றரைப் பக்கப் பதிலை மட்டும் எடுத்துப்

போட்டால், சில தம்பிகள் முழுவதும் படிக்காமல், யார் தமிழன்? என்ற கேள்விக்கே, முனைவர் கண்ணபிரான் இரவிசங்கரை, *Left/ Right* வாங்க ஆரம்பித்து விடுவார்கள்☺. இதில் சிக்கல் என்ன வென்றால், அவர் எவ்வளவு ஒழுங்காக, ஏரளமான தரவுகளோடு பேசுகின்றார் என்று பார்க்கவே மாட்டார்கள். எதிர்கருத்து எவனும் வலுவாக வைக்காத ஒரு காலக்கட்டத்தில், அப்படியான ஒரு சூழலில், எந்தக் கேள்வி கேட்டாலும், கண்ணபிரான் இரவிசங்கருக்கு வலுவான கைச்சரக்கு இருக்கின்றதால் தான், எல்லாக் கேள்விகளையும் எதிர்கொள்கின்றார்.

சங்கப் பாடல் முதல் வட்டார வழக்கு வரை ஆதாரம் தருகின்றார். எப்படிச் சங்கப் பாடல்களில் உள்ள சொற்களை நாம் மறுசுழற்சி செய்ய வேண்டும் என்கிறார். “ஏர் உழுவதைப் போல, கீழ்மண் மேல்மண்ணாய்ப் புரட்டிப் போட்டால் தான் நிலம் வளம் பெருகும். அதைப் போல, நாம் சங்கப் பாடல்களில் இருக்கும் சொற்களை எடுத்து மீட்டுருவாக்கம் செய்து பயன்படுத்தினால் மொழி வளம் பெருகும்”. அதைப் போல “வட்டார வழக்குச் சொல்லையும் விட்டு விடக் கூடாது; அதுவும் நல்ல தமிழ் தான்; அதையும் எடுத்து வைத்துக் கொள்ள வேண்டும்” என்கிறார். இந்த நூலில் மிகச் சுவாரசியமாக எனக்கு இருந்தது, ‘மெர்சல்’ (மெரிசல்) என்பது பழந் தமிழ்ச் சொல் என்பதும், திருக்குறளில் இருக்கும் 'மந்திரி' என்பது வடசொல் என்பதும், அவ்வளவு வியப்பாக இருந்தது.

ஏனென்றால் மொழிக் கலப்பைப் பற்றி இந்த நூல் அதிகமாகப் பேசுகின்றது. ‘மந்திரி’ என்பது வடசொல் தான். ஏன் 'மந்திரி' என்ற வடசொல் திருக்குறளில் இருக்கின்றது? என்பதை நினைக்கும் பொழுது, அதை வள்ளுவர் எங்கே சொல்கிறார்? என்பதில் உள்ளது சூட்சுமம். அமைச்சு என்ற அதிகாரத்தில், ‘அமைச்சர்’ என்ற தமிழ்ச் சொல்லையே எங்கும் பயன்படுத்தும் வள்ளுவர், ஓர் இடத்தில் மட்டும் ‘மந்திரி’ என்ற வடசொல்லைச் சொல்வது ஏன்?

பிரித்தலும் பேணிக் கொளலும் பிரிந்தார்ப்

பொருத்தலும் வல்லது அமைச்சு. (குறள் 633)

என்கிறார். இன்னும் பல இடங்களில் ‘அமைச்சு’ என்ற நல்ல தமிழ்ச் சொல்லையே ஆளுகிறார்.

கருவியும் காலமும் செய்கையும் செய்யும்

அருவினையும் மாண்டது அமைச்சு. (குறள் 631)

பின்பு, எங்கேயடா 'மந்திரி' என்று வடசொல்லைப் பயன்படுத்தி இருக்கிறார் என்று பார்த்தால்,

பழுதெண்ணும் மந்திரியின் பக்கத்துள் தெவ்வோர்
எழுபது கோடி உறும். (குறள் 639)

எல்லா இடங்களிலும் 'அமைச்சு' என்று நல்ல தமிழ்ச் சொல்லைச் சொன்னவர், இங்கு மட்டும் 'மந்திரி' என்ற வடசொல்லை வைத்திருக்கிறாரே வள்ளுவர் என்று நினைத்துப் பார்த்தால், ஓர் அமைச்சருக்கு இருக்கின்ற நல்ல தகுதிகளையும், ஓர் அமைச்சன் எப்படி மாண்புடன் நடந்து கொள்ள வேண்டும் என்று குறளில் சொல்லும் போதெல்லாம் 'அமைச்சு' என்ற தமிழ்ச்சொல்லும், ஒரு அமைச்சன் மோசமாக இருக்கும் பொழுது வடமொழிச்சொல்லும் பயன்படுத்தி இருக்கிறாரா வள்ளுவர்? என்று நினைத்துப் பார்த்து நானே சிரித்துக் கொண்டேன். ஒரு மோசமான அமைச்சன் மன்னனுக்குப் பக்கத்தில் இருந்து விட்டால் அதை விடப் பெரிய தீமை வேறெதுவுமில்லை.

மோசமான மந்திரிகள் மட்டுமல்ல, மோசமானது எல்லாம் வட இந்தியாவிலிருந்து தான் வரவேண்டும், வடசொல்லாகத் தான் இருக்க வேண்டும் என்று வள்ளுவர் அன்றைக்கே தெரிந்து, அந்த நோக்கத்தோடு தான் அந்த வடசொல்லைப் பயன்படுத்தினாரோ என்று எனக்குத் தோன்றியது. கண்டனக் குரலில் மட்டுமே வடசொற்கள் குறளில் உள்ளன என்று இந்த நூலும் உரைக்கின்றது. அந்த வகையில் மொழிக்கலப்பு பற்றி இந்த நூல் மிக விரிவாகப் பேசுகின்றது.

அனைத்து மொழிகளிலும் மொழிக் கலப்பு உண்டு; அதைப் போலத் தமிழ்மொழியிலும் கலப்பு உண்டு. ஆனால், இயல்பான வணிகம் அல்லது பண்பாடு நோக்கத்திற்காக, யாராலும் திணிக்கப் படாமல் கலக்கப்பட்டிருக்கும். சான்றாக, வசூல் என்பது அரபுச் சொல், சாவி என்பது போர்த்துகீசியர் சொல், பாக்கி என்பது உருதுச் சொல், சுமார் என்பது பாரசீகச் சொல் என்றெல்லாம் பட்டியல் இடுகிறார் நூலாசிரியர். ஆனால் சமஸ்கிருதச் சொல் மட்டும் உள்ளே புகுந்து, வடசொல் திட்டமிட்டுத் திணிக்கப்பட்டது; வலிந்து தமிழ் மேல் திணிக்கப்பட்டது. வேளாண்மை என்பது விவசாயம் (வ்யவசாயம்) ஆனது, மணி என்பது நிமிஷம் ஆனது, அரசன் என்பது ராஜா ஆனதும் திட்டமிட்டுத் திணிக்கப்பட்டது. அதனால் தான் கந்தனை, ஸ்கந்தன் என்று ஆக்கினார்கள், குறிஞ்சியின் சேயோனைச் சுப்பிரமணியன் என்று ஆக்கினார்கள், முல்லையின் மாயோனை

விஷ்ணு என்று ஆக்கினார்கள் என்றெல்லாம் விளக்கி, இருந்ததின் மேலேயே வந்ததும் ஏற்றிவிட்டால், எது இருந்தது? எது வந்தது? என்றே பிரித்தறிய முடியாது என்று பேரா. முனைவர் கண்ணபிரான் இரவிசங்கர் சொல்கிறார்.

அதை அவர் சொல்லும் பொழுது எனக்கு ஒன்று தோன்றியது. கண்ணபிரான் இரவிசங்கர் சொல்வது போல், இருந்ததின் மேலேயே வந்ததை ஏற்றிவிட்டால், எது இருந்தது? எது வந்தது? என்று பிரித்தறியவே முடியாது என்பதை, எத்தனை காலமாகச் செய்து வருகிறார்கள் இவர்கள்! புதுசாக ஒரு காவியைக் கொண்டு வந்து இங்கு வைக்கவே முடியாது என்பதற்காக, ஏற்கனவே இருந்த வள்ளுவர் மேல் ஒரு காவியைப் பூசிவிட்டால், எது வந்தது? எது இருந்தது? என்றே தெரியாது அல்லவா? இன்று வரை அது தான் அவர்கள் அரசியலாக இருக்கிறது என்று எண்ணி வியந்து போனேன். அந்த நுட்பத்தை, இதைப் போல் இவ்வளவு பிரமாதமாகச் சொல்ல முடியாது.

நான் சுமாராகப் படிக்கிறவன். பொதுவாக, சுமாராகப் படிக்கிறவன், 'சூப்பரா'கப் படிக்கிறவன், சுத்தமாகப் படிக்காதவன் என்று ஒரு வகுப்பில் மூன்று பேர் இருப்பார்கள். ஆனால் எல்லாருக்கும் ஆசிரியர் ஒருவரே! நன்கு படிக்கிறவன், சுத்தமாய்ப் படிக்காதவன், சுமாராகப் படிக்கிறவன் என எல்லாருக்குமே பிடித்த ஆசிரியர் யாராக இருப்பார் என்றால்: எல்லாக் கேள்விகளுக்கும் மாணவனின் தோளில் கைப்போட்டு, எல்லாக் கேள்விகளுக்கும் இணக்கமாகப் பதில் சொல்கிற ஒரு ஆசிரியரை எல்லாருக்கும் பிடிக்கும். பேரா. கண்ணபிரான் இரவிசங்கர், இந்த மொத்தப் புத்தகத்திலும், யார் யார் என்ன கேள்விகள் கேட்டாலும், அதை நட்போடு அணுகி, "அதெல்லாம் ஒன்னுமில்லை; அதெல்லாம் ஒன்னும் கடினமே இல்லை; வாங்க, தெரிந்து கொள்ளலாம். இப்படித் தான் நானும் இருந்தேன், ஆனால் பிற்பாடு தெரிஞ்சிக்கிட்டேன்" என்கிற தொனியில், பதில் சொல்லிக் கொண்டே இருக்கிறார்.

இந்தப் புத்தகம் இந்த அளவோடு முடியாமல், இதைப் போல் கேள்விகள், தொடர்ச்சியாக எல்லோரும் கண்ணபிரானை நோக்கி எழுப்ப வேண்டும். அதற்கு அவர் பதில் சொல்வதாக இன்னும் பல புத்தகங்கள் எழுத வேண்டும் என்பது என்னுடைய விருப்பம்.

எந்த நூல் சிறந்த நூல்? என்பதை அறிந்து கொள்ள ஒரு வழி இருந்தால் நல்லது தானே; நம்மிடம் சங்கப்பலகை இல்லை,

நூலை வைத்தால் அது மூழ்குகிறதா இல்லையா எனப் பார்க்க. ஒரு நூல் சிறந்தது என எப்படித் தெரிந்து கொள்வது? நான் எப்படிக் கருதுகிறேன் என்றால், ஒரு நூலைப் படித்தால், அது இன்னொரு நூலைப் படிக்க, நூல் பிடித்தாற் போல நம்மை இழுத்துச் செல்ல வேண்டும்! அதுவே சிறந்த நூல்! அப்படி, பேரா. முனைவர் கண்ணபிரான் இரவிசங்கர் அவர்களின் 'தமிழா? சமஸ்கிருமா?' என்கிற இந்த நூல், மீண்டும் சிலப்பதிகாரத்தைப் படிக்க என்னை இழுத்துச் செல்கிறது, தூண்டுகிறது.

உங்களையும், ஒரு நூறு புத்தகங்கள் வாசிக்க, இந்த நூல் தூண்டும்!

தமிழ் அன்போடும் ஆர்வத்தோடும்,
கரு. பழனியப்பன்.
11.01.2021
சென்னை.

திரு. செல்வ கணபதி

சமூக மேலாளர், Quora தமிழ்

வாசக வாழ்த்துரை

ஓர் ஆராய்ச்சி நூலிற்கு, அதுவும் அறிஞர், பேரா. முனைவர். கண்ணபிரான் இரவிசங்கர் அவர்களின் நூலிற்கு அணிந்துரை எழுதும் பேறு கிட்டுமென்று கனவிலும் நினைத்திருக்கவில்லை. அந்த வாய்ப்பை எனக்களித்த முனைவருக்கு நன்றி. *Quora* தமிழில் 2 ஆண்டுகளாய்ப் பணியாற்றி வருகிறேன். தமிழ்மொழியில் ஆராய்ச்சி அறிவு குறைவெனினும், வாசிப்பறிவு பெரிதும் விழைபவன். நமது தமிழ்மொழி நமக்கு எவ்வளவோ நல்கியுள்ளது. அம்மொழிக்கு நாமும் ஏதாவது நன்றி காட்ட வேண்டும் என்ற உந்துதலே *Quora* தமிழில் இப்பணியை மேற்கொள்ளச் செய்தது. உலகத்தின் அறிவை வளர்ப்பதும், பகிர்வதும் *Quora*வின் குறிக்கோளாகும். தமிழின் மூலம் உலக அறிவை வளர்ப்பதற்கும் பங்களிப்பதற்கும் என்னால் இயன்றதைச் செய்ய இயலும் என்பதால் *Quora* தமிழ்ப் பொறுப்பினை ஏற்றேன்.

Quora தமிழில் பல்வேறு தரப்பட்ட வினா விடைகள் பகிரப் படுகின்றன. ஆராய்ச்சியாளர்கள், துறைசார் வல்லுநர்கள் மட்டு மல்லாது, மக்கள் தங்கள் பட்டறிவின் மூலம் பகிர்ந்துகொள்ளும் வினாவிடைகளும் அதிகம். மற்ற தளங்களைப் போலல்லாது, பயனர்கள் பகிரும் வினாவிடைகள் பல காலம் தொட்டும் புதிய பயனர்களுக்குக் காட்டப்படும். *Quora* தமிழ் துவங்கியது முதலே, மொழி சார்ந்த வினாக்கள் அதிகம் எழுந்தன. ஆகவே, தமிழ்மொழி சார்ந்த ஆராய்ச்சியாளர்களை, *Quora* தமிழில் அவ்வினாக்களுக்கு விடை பகரச் செய்ய வேண்டும் என்று எண்ணினேன். பேரா. முனைவர். கண்ணபிரான் இரவிசங்கர் அவர்களை Twitter மூலம் அறிந்திருந்தேன். அவருக்கும் எனக்குமான நட்பு 10 ஆண்டுகளுக்கும் மேலானது. அவரது மாதவிப் பந்தல் வலைப்பதிவு மூலம் நான் அறிந்து கொண்டவை ஏராளம்.

முனைவரை, *Quora* தமிழ்ப் பயனர்களுக்காக, வல்லுநர் வினாவிடை அமர்வில் பங்குபெற வைக்க வேண்டுமென்று பலநாள் ஆவல். அவருடைய 'அறியப்படாத தமிழ்மொழி' நூல குறித்தும் அனைவரும் தெரிந்துகொள்ள வேண்டும் என்பதால், வாய்ப்பு கிடைக்கும் போதெல்லாம் அவரை இனிய தொந்தரவுகள் செய்து வந்தேன். அவரை நேரில் பார்த்து விண்ணப்பம் வைத்தால் நிச்சயம் ஏற்பார் என்றெண்ணி, 2019ஆம் ஆண்டு சூலை மாதம், சிகாகோ

நகரில் நடைபெற்ற 10ஆம் உலகத் தமிழ் ஆராய்ச்சி மாநாட்டில் பங்கு கொள்ளச் சென்றேன். அவர் மூலம், மேலும் பல தமிழ் அறிஞர்களையும் ஆராய்ச்சியாளர்களையும் தெரிந்து கொள்ளும் வாய்ப்பு கிட்டிற்று. முனைவருக்கும் பணிச் சுமைகள் அதிகம் இருப்பது அறிந்து கொண்டேன். ஆயினும், எப்படியாவது அவரிடம் நேரம் வாங்கி, ஒரு வல்லுநர் வினாவிடை அமர்வை Quora தமிழ்த் தளத்தில் நிகழ்த்த வேண்டும் என்று உறுதியாய் இருந்தேன்.

இதன் இரண்டாம் விதை, முனைவர் ஆசுதிரேலியா நியுசிலாந்து பயணம் வந்தபோது நடப்பட்டது. அவருக்கு எழுதும் நேரத்தை மிச்சப்படுத்தும் எண்ணத்தோடு, அவருடைய விடைகளை ஒலிப்பதிவு செய்தோம். அவற்றைச் சொல்லாக்கம் செய்ய Quora தமிழில் இயங்கும் பயனர் திருமதி. பானு அவர்கள் உதவினார். 5 முதல் 6 முறை தொடர் உரையாடி இருப்போம். ஒவ்வோர் உரையாடலும் குறைந்தது 3 மணி நேரமாவது சென்றிருக்கும். அதிகாலை, நள்ளிரவு என்று அகால நேரங்களிலும், அமர்வுகளில் அவரோடு உரையாடியது மறக்கமுடியாத ஒன்று. எந்தவொரு தமிழாசிரியரிடம் தமிழ் கற்க வேண்டும் என்று பலரும் விரும்புகிறார்களோ, அவரோடு நேரடியாக, அவர் வாய்மூலமே பல அரிய தகவல்களைக் கேட்டறிவது என்பது எத்துணை மகிழ்ச்சியானது. அதற்காகப் பேரா. முனைவர். கண்ணபிரான் அவர்கட்கு நன்றி.

அனைத்து விடைகளையும் தொகுத்து, Quora தமிழில் பகிர்ந்த பின்னர், பயனர்கள் பலரும் வெகுவாகப் பாராட்டினார்கள். முனைவரின் தமிழாராய்ச்சியும் வடமொழியாராய்ச்சியும் குறித்துப் பலரும் அறிந்து கொண்டதோடு மட்டுமல்லாது, சான்றுகளோடும் தரவுகளோடும் ஆராய்ச்சித் தரத்திலே தரப்பட்ட நல்ல விடைகளைப் பலரும் அறிந்து மகிழ்ந்தனர். பழமையான மொழி தமிழா? சமஸ்கிருதமா? என்ற வினா பலருக்கும் இருக்கும் ஒன்றே! முனைவரின் சான்றுகளும் தரவுகளும் கொண்ட நெடும்பெரும் விடை, தெளிந்த நீரோடை போல், துல்லியமாக அனைவருக்கும் விளக்கியது என்பதில் ஐயமில்லை. அந்தச் சூடான வினா மட்டுமல்லாது, இன்னும் பலப்பல வாசகர் வினாக்களுக்கும் விடையளித்தார். அந்த விடைகள் யாவும் தொகுக்கப்பட்ட செவ்வியாய், இந்த முயற்சி அச்சுநூலாகவும் மின்னூலாகவும் வெளியாகி வருவது கண்டு, Quora தமிழ் சார்பாக அகமகிழ்கிறோம். இன்னும் பொதுவெளியில் பல மக்களுக்கும் சென்றடையும் என்பதில், இம் முயற்சியின் முதல் மணியைக் கட்டிய எனக்குத் தனிப்பட்ட மகிழ்ச்சியும் கூட. தமிழையும், தமிழால் உலக அறிவையும் அனைவரும் வளர்த்திடுவோம். இந்நூல் பரவலாகி வெற்றியடைய தமிழார்ந்த வாழ்த்துக்கள்!

செல்வ கணபதி
01. 01. 2021
நியூசிலாந்து

நுழையும் முன்.. வேண்டுகோள்!

இந்த நூலுக்குள் நுழையும் முன், ஓர் அன்பு வேண்டுகோள்:

- வாசிக்கும் போது, உங்களின் தனிப்பட்ட மதப் பிடித்தம் / அரசியல் பிடித்தம் எஃதாயினும், சற்றே மறந்துவிடுங்கள்!
- தற்பிடித்தம் கடந்து, தமிழைத் தமிழாக மட்டுமே அணுகிக் காணுங்கள்!

தமிழ்மொழியின் தகைமைகளுள் தலையாயது என்னவென்றால்: வேறு எந்த இனத்தின் மொழிக்குள்ளும் தன்னை வல்லடியாகத் திணித்துச் சிதைக்காத அறம் மிக்க மொழி, இத்தமிழ்மொழி!

அதே அறத்தின் சீர்மையை நீங்களும் கைக்கொண்டு, உங்களின் தற்பிடித்தம் கடந்து வாசிக்கவும்! உங்களின் பிடித்தம்: இறைவனாக இருக்கட்டும் (அல்லது) உண்மையாக இருக்கட்டும்! உண்மைத் தேடல்தானே இறைத் தேடல்?

- மனம் ஆரத் தமிழ் உண்மை காண்போம்!
- மனம் ஆறத் தமிழ் உண்மை காண்போம்!
- மனம் மாறத் தமிழ் உண்மை காண்போம்!

நீவிர், தமிழ் போல், வாழ்வாங்கு வாழ்க! வாருங்கள், நூலுக்குள் புகுவோம்!

01

தமிழ்மொழி, வடமொழியைவிடப் பழமையானதா? ஆதாரம் உள்ளதா?

கேள்வி: *தமிழ்மொழி வடமொழியைவிடப் பழமையானது என்பதற்கு நம்மிடம் தரவுகள் உள்ளனவா? (தமிழ் வாசுதேவன், 06 May 2020)*

ஒரே ஒரு வரிப் பதில்: *தமிழ்மொழி, வடமொழியான சம்ஸ்கிருத (संस्कृत) பாஷையைவிடப் பழமையானது என்பதற்குப் பல தரவுகள் உள்ளன!*

ஆனால், இந்த ஒரே ஒரு வரிப் பதிலால், சிலரும் பலரும் நிறைவடைய மாட்டார்கள். ஏன்? எதற்கு? எப்படி? என்ற தரவுகளின் ஆர்வம் தூண்டிக்கொண்டே இருக்கும்.

சிலருக்கோ, எவ்வளவு தரவுகள் கொடுத்தாலும் இசைய மாட்டார்கள். ஏனெனில், அவர்களுக்கு இது பல்லாண்டுகளாக ஊடுபாயும் ஓர் ஆழ்மனச் சுகம்/ ஆதிக்கத் தற்பிடித்தம் மட்டுமே;

இன்னும் சிலருக்கோ, அந்த ஆதிக்கத்தின் மீதான வெறுப்பு காரணமாகவே, தரவுகள் தேவைப்படாமலேயே, உடனடியாக இசைந்தும்விடுவார்கள்.

ஆனால், எப்பிடித்தங்களும் சாராமல், அவரவர் நிலைப்பாடு/ கொள்கை தாண்டி, அறிவியல் முறைமையாக அணுக வேண்டிய ஒரு கேள்வி இது!

தொன்மை அறுதிப்பாடு (நிர்ணயம்), வரலாற்று மாந்தவியலில் பயன் மிக்கதே; ஆனால், அதே சமயம் கடினமானதும்கூட!

நமக்குத் தமிழ்மேல் உள்ள காதலால்தான், தமிழ் மூத்தமொழி என்று சொல்கிறோமா? அவர்களுக்குச் சம்ஸ்கிருத பாசம் (அ) மத/இன மேலாதிக்க உணர்வுகள் உள்ளூர இருப்பதனால்தான், சம்ஸ் கிருதம் மூத்த மொழி என்று சொல்கிறார்களா?

இன்னும் சிலருக்கோ சம்ஸ்கிருதமே தெரியாவிட்டாலும், சம்ஸ் கிருதம்தான் மூத்த மொழி என்று சாதிக்கிறார்களே, அது ஏன்?

இது போன்ற அரசியலும் சிக்கலும் இக்கேள்வியுள் பொதிந்து இருப்பதனால், இதை அறிவியல் முறையில்/கல்வி முறையில் அணுகலே நலம் பயக்கும். அந்த அளவுக்குத் தரவுகள் கொடுத்தால் தான், இக்கேள்விக்கான ஒரு குறைந்த அளவுப் புரிதலாவது ஏற்படும்.

இன்றுவரையில், எனக்கு 12 மொழிகள் தெரியும். தமிழ், ஆங்கிலம், சம்ஸ்கிருதம் தவிர, இந்திய/திராவிட மொழிகளுள் ஐந்தும், உலக மொழிகளுள் ஏழும் தெரியும். இன்னும் மூன்று மொழிகள்–அரபி, சிங்களம், அராவக் (அமேசான் பழங்குடி மொழி) பயின்றுகொண்டுள்ளேன்.

இத்தனை மொழிகளையும் ஓரளவு அறிந்தவன் என்ற முறையில் சொல்கிறேன்; பிறப்பால், என் தாய்மொழியாகத் தமிழ் அமைந்து விட்டதால் அதைத் துதிபாட வேண்டும் என்பதற்காகச் சொல்ல வில்லை. மாறாகத் தற்பிடித்தம் கடந்து சொல்கிறேன்.

அறிவியல் முறைமையால் ஆராய்ச்சிகளின் காரணமாகவும், அறத்தின் முறைமையால் திணிப்பு/மறைப்பு இல்லாத மொழித் தகைமையாலும், இதைச் சொல்கிறேன். தமிழில் இருந்து விளைந்த தரவுகளை எடுத்துக்கொள்வோம். சம்ஸ்கிருதத்தில் இருந்து விளைந்த தரவுகளை எடுத்துக்கொள்வோம். இரண்டையும் சீர்தூக்கி ஒப்பிட்ட பின்னரே, முடிவு செய்குவோம்.

இதற்குத் துணை செய்யக்கூடிய நல்ல நூல்களாவன:

1. *A History of Sanskrit Literature -Arthur A. MacDonell*
2. வடமொழி வரலாறு – மொழிஞாயிறு பாவாணர்
3. தமிழ்மொழியின் வரலாறு – பரிதிமாற்கலைஞர் *(சூரியநாராயண சாஸ்திரியார்)*

4. தமிழர் வரலாறும் பண்பாடும் – பேரா. நா. வானமாமலை
5. *Studies in Indian History: with special reference to Tamil Nadu K. K. Pillay*
6. *A Sketch of Comparative Dravidian Morphology – Prof. Dr. Kamil Zvelebil*
7. *Early Tamil Epigraphy: From the Earliest Times to the Sixth Century C.E. (Tamil-Brahmi Inscriptions) – Iravatham Mahadevan*

உலகத்தின் முதல் மொழி எது? என்பதை அறுதியிடுதல் மிக மிகக் கடினமே! ஏனெனில், உலகத்தின் முதல் மனிதர்கள் யார்? என்பதற்கான நேரடி விடை அறிவியலில் இல்லை! இருக்கவும் இருக்காது, ஏனெனில் மாந்தஇனம் என்பது ஒரு படிமலர்ச்சியே (evolution). அதன் முதற்புள்ளி இதுதான், முதல் நிலம் இதுதான், முதல் மொழி இதுதான், என்றெல்லாம் தட்டையாக அறுதியிட்டு விட முடியாது.

ஆனால், உலகின் முதல் மொழியை அறுதியிட முடியாவிட்டாலும், இந்தியத் துணைக் கண்ட மொழிகளுள் எவை தொன்மையானவை என்று, ஒப்பீட்டு அளவில் ஓரளவு அறுதியிட முடியும்.

உலகம் ஊமையாய் இருந்த அக்காலத்தில், Pangea எனும் ஒரே உலகப் பெருங்கண்டத்தில், மனித இனம் இன்னும் தோன்றவே இல்லை; அதனால் மொழியும் இன்னும் தோன்றவில்லை. மாந்தஇனம், உலகின் ‘ஒரேயொரு புள்ளிப் பகுதி’யில் தோன்றிப் பரவுவதில்லை; உயிர்த்தோற்ற அறிவியல் பரந்துபட்டது!

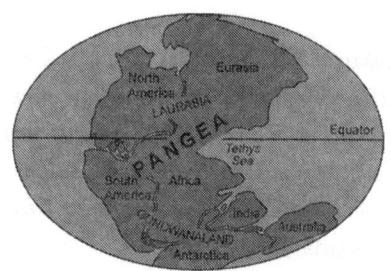

Pangea–250 million years ago

(பாஞ்சியா – மீப்பெருங் கண்டம்)

Big Bang அண்டவெளி நிகழ்வுக்குப் பின், Ozone திரை பெற்ற பூமி அடங்கி, கடலில் தோன்றிய முதல் 'செல்' உயிரினம், படி மலர்ச்சியால் நிலம் ஏகியது, 'ஒரேயொரு' இடத்தில் மட்டுமே அல்ல; அது பரந்து பட்ட Pangea பெருங்கண்டம்; அதில் தமிழகம் என்று இன்னும் பேர் பெறாத இடம், ஒரு துளி மட்டுமே! Cell உயிரினத்திலிருந்து, எப்படி எப்படியோ Homo Erectus வரை வந்த உயிரினம், Home Sapiens & Homo Neanderthal என இரண்டாகக் கிளைத்தபோதுகூட மொழி உருவாகிவிடவில்லை; விலங்கு நிலையே.

Homo Sapiens மேலும்மேலும் Evolution அடைந்தது ஒரு குறிப் பிட்ட நகரத்தில் அல்ல; பலப்பல இடங்களில். Homo Sapiens படி மலர்ச்சி அடையும் போதுதான், எங்கோ ஒரு புள்ளியில், மொழியின் ஆதிக்கூறு தோன்றியிருக்க வேண்டும்.

இது தமிழோ/ சம்ஸ்கிருதமோ/ எபிரேயமோ/ எகிப்தியமோ அல்ல. சைகை/ சீழ்க்கை/ ஒலிப்பு மொழிகளே! மொழிக்கு, இதுதான் முதற்புள்ளி என்று யாரும் சொல்லிவிட முடியாது. ஆனால், பல்வேறு இடங்களில் நகர்ந்துகொண்டே இருந்த மாந்த இனம், அந்தந்த இடங்களில், தத்தங்களின் மொழித்தேவையை, வெவ் வேறு முறையில் உருவாக்கிக்கொண்டன. அவையே உலகின் ஆதி மொழிகளாகக் கூறு பெற்று, பின்பு நாகரிக வடிவமும் பெற்றுக் கொண்டன!

சிவன் மருகம் அடித்துச் சம்ஸ்கிருதமோ, அல்லது முருகன் சங்கத்தில் உட்கார்ந்து தமிழையோ 'உருவாக்க'வில்லை. மாந்த இனங்களின் படிமலர்ச்சியே (Evolution) மொழிகள்! அப்படிப் படி மலர்ச்சி பெற்று, 'தமிழ்' என்று தங்கள் மொழிக்கே ஒரு பேர் வைத்துக்கொள்ளும்வரை, எத்தனை எத்தனையோ மாந்தவியல் படிக் கட்டுகள்!

தமிழ், இந்தியப் பெருங்கண்டத்தின் தொன்மைமிக்க பெரு மொழி. அது பிற மொழிகளைச் சார்ந்து உருவான ஒரு மொழி அல்ல! இனக் குழுக்களின் ஆதிமொழியாகவே தோற்றம் பெற்ற தொல்மொழி. அந்த இனக்குழு, வாழ்வியல் படிமலர்ச்சி அடைந்து, உணவு, உறையுள், உடை, உறவுகள், குழுக்கள், சமுதாயம் என்ற நிலைமைய அடைந்துவிடுகிறது.

• •••• •

அப்படிச் 'சமுதாயம்' ஆன பின் உள்ள, மொழி நிலையை/ மொழித் தொன்மையைத்தான் அளவிட முடியும்; தரவுகளால் கணக்கிட முடியும்.

தரவு, எழுத்துத் தரவு!

தங்களின் கருத்துப் பரிமாற்ற ஒலிப்புகளை, எழுத்தாலும் எழுதி வைக்கத் துவங்குகுதலே, மொழியின் ஆதி ஆவணம்!

இனக்குழு மக்களின் உடற்கூறு, பழங்கற்காலக் கருவிகள், தொல்லெச்சப் பொருட்கள் என்பவையெல்லாம் அந்த இனக்குழு நாகரிகத்துக்கான தொன்மச் சான்று பகருமேயன்றி, மொழியின் தொன்மத்துக்கான அடிப்படைச் சான்று, எழுத்து வடிவமே!

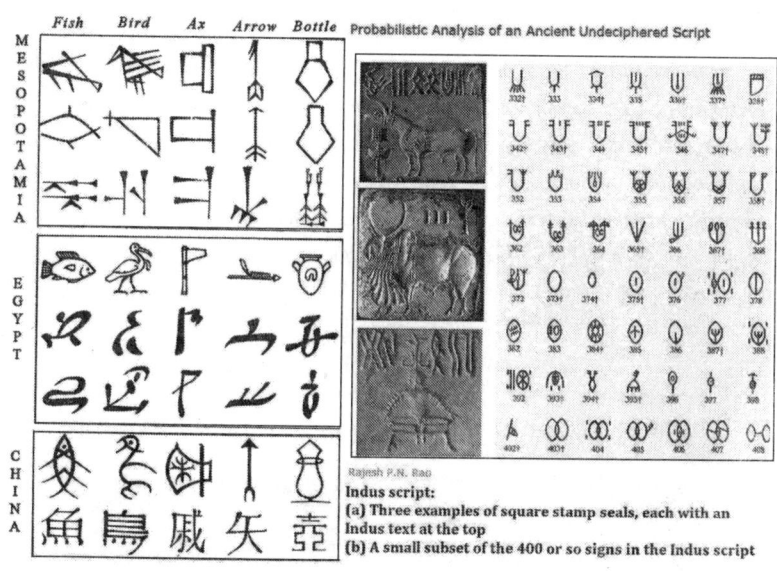

(ஆதி எழுத்து முறைமைகள்)

தங்களின் பேச்சொலிகளை எழுத்தாக்கி எப்படி எழுதினார்கள் என்பதை அறிவது. Earliest Written Accounts (ஆதி எழுத்து முறைமைகள்/ ஆதி எழுத்துணரியாக்கம்) என்று ஆங்கிலத்தில் ஆய்வுமொழியில் இதனைச் சொல்வார்கள்.

எழுத்துத் தரவுகள் என்று பார்க்கும் போது, தமிழ்மொழித் தரவு கள் நிறைய உள்ளன; இன்றைய தமிழ் வரிவடிவம் தொட்டு, கோலெழுத்து, பல்லவக் கிரந்தம், வட்டெழுத்து, தமிழி (தமிழ்ப் பிராமி), சிந்து சமவெளி வரிவடிவம் (தொடரும் ஆய்வுகள்), படுகைக்

குறிகள்/ படவெழுத்து (hieroglyph) என்று, தமிழ் எழுத்தின் வரலாற்றுப் பயணம், மிக நெடிது!

வடமொழி என்னும் போது, இரண்டு மொழிகள் -பிராகிருதம் & சம்ஸ்கிருதம் உள்ளன.

(இன்று நாம் வடமொழி என்றாலே சம்ஸ்கிருதம் என்று எண்ணிக் கொள்கிறோம். ஏனெனில், சம்ஸ்கிருதம்தான் அதிகம், தமிழைச் சிதைக்க முற்பட்டது. பிராகிருதம் அப்படிச் செய்யவில்லை).

இன்று சம்ஸ்கிருதம் எழுதப்படுகின்ற வரியுரு, தேவநாகரி வரி யுரு. இதே தேவநாகரியில்தான், இன்று பல வட இந்திய மொழி களும் எழுதப்படுகின்றன. சம்ஸ்கிருத மொழியை, இந்தத் தேவநாகரி வரியுருவில் எழுதத் தலைப்பட்ட காலம், கிட்டத்தட்ட 1000 CE-க்குப் பின்தான்.

பதினோராம் நூற்றாண்டின் உதயகிரிக் கல்வெட்டுகள் (மத்தியப் பிரதேசம், விதிஷாவுக்கு அருகிலுள்ள 20 குடைவரைகள்), சம்ஸ்கிருத தேவநாகரிக்குச் சான்று பகர்ந்தாலும், அதற்கு முன்பே. நந்திநாகரி, அர்த்தநாகரி, நாகரி, சித்த மாத்ரிகா, குப்த வரிவடிவம், கரோஸ்தி, பிராமி.. என்றெல்லாம் வடமொழியும் தொன்மம் மிக்கதே. ஆனால், அந்த வடமொழி, பிராகிருதமே அன்றி, சம்ஸ்கிருதம் அல்ல!

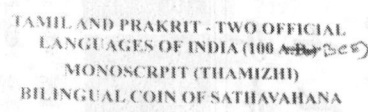

TAMIL AND PRAKRIT - TWO OFFICIAL
LANGUAGES OF INDIA (100 A.D.)
MONOSCRPIT (THAMIZHI)
BILINGUAL COIN OF SATHAVAHANA

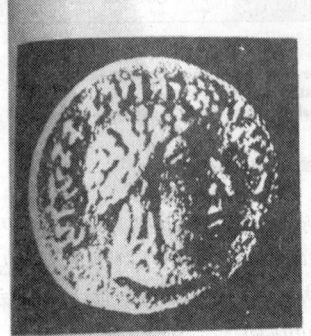
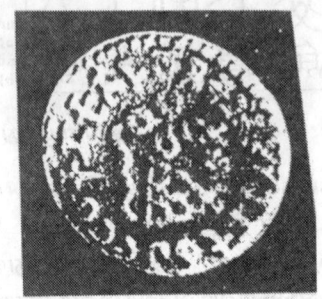

(பிராகிருதமும் தமிழும்)

சம்ஸ்கிருதம் தேவநாகரிக்குப் பின், மோடி, கயஸ்தி, சாரதா எனப் பல வரிவடிவங்கள் ஆங்காங்கு தோன்றி மறைந்தாலும், தேவநாகரியே நிலைத்து நின்றது சம்ஸ்கிருதம் எழுதுவதற்கு!

அதற்கு முன்பு, பிராகிருத மொழிக்கான நாகரி வரிவடிவமும், குப்த வரிவடிவமும்தான் எழுதுவதற்கு! அவற்றுக்கும் முன்பு, அசோக பிராமி என்ற வரிவடிவமும், பிராகிருத மொழித் தொன் மத்துக்கே அதிகம் சான்று பகர்பவை. சம்ஸ்கிருத மொழிக்கு அல்ல! எனில், சம்ஸ்கிருதம் எழுதவே படவில்லையா? என்ற வினா எழும். அங்குதான், அம்மொழியின் ஆதிக் கூறுகள் ஒளிந்துள்ளன.

•———••••———•

சம்ஸ்கிருதம், வேத காலச் சம்ஸ்கிருதம்/ பின்னாள் சம்ஸ்கிருதம் என்று இரு வேறாகச் சொல்லப்பட்டாலும், வேதங்கள் எழுதப் படாமல், வாய்வழியாகவே சொல்லப்பட வேண்டும் என்ற மரபில் விளைந்தவை. அதனால்தான் 'எழுதாக் கிளவி' என்றொரு பெயரும் அதற்குண்டு.

வேதங்களை, ஸ்ருதி (श्रुति) என்பதும் அதனால்தான். ஸ்ருத் என்றால் கேட்கப்படுவது. எழுதிவைக்கக் கூடாது. (ஸ்ருதிஸ்து வேதோ விக்னேயஹ);

ஸ்ரவணம் என்பதும் அதன் அடியொட்டி வருவதே (ஸ்ரவணம் கீர்த்தனம் விஷ்ணோ, ஸ்மரணம் பாத ஸேவனம்). இப்படி எழுதப் படாமல், செவி/வாய் வழியாகவே வந்தவை ஆதலால், அவற்றின் தொன்ம நிறுவல்கள் யாவும் ஊக அடிப்படையில் மட்டுமே!

என்ன காரணத்துக்காக இப்படிச் செய்தார்கள்? அறிவைத் தங்களுக் குள் மட்டுமே வைத்துக்கொண்டுப் பொதுச் சமூகத்துக்குப் பகிர விரும்பவில்லையா? (அல்லது) பின்னாளில் எழுதிக்கொண்டு, இதுவும் தொன்மம் மிக்கதே, ஆனால், அதற்கான எழுத்து ஆதாரம் இல்லை என்று சொல்லத் தலைப்பட்டார்களா? என்று நமக்குத் தெரியாது, ஆதாரம் இல்லாததால் கண்டுபிடிக்கவும் முடியாது!

ஆனால் சம்ஸ்கிருத மொழியில், வேதங்கள் மட்டுமே நூல்கள் அல்ல; பின்னாளில் வேறு பல புராண நூல்களும், இலக்கிய/இலக் கணங்களும் இருக்கின்றன. அவையெல்லாம் எவ்வாறு எழுதப்பட்டன என்றால், மிகுதியாக எழுதப்பட்டது பின்னாள் குப்த வரிவடிவத்தில் தான்!

அதற்கும் சற்று முன்பு, பிராகிருத மொழி மிகுதியாக எழுதப் பட்ட அசோகப் பிராமி வரிவடிவத்திலும், சம்ஸ்கிருதத்தைச் சற்றே எழுதிவைக்க முனைந்தார்கள்! பிராகிருத மொழியும், அதன் மூல மாகச் சமண/பௌத்த மதங்களும் பரவத் தலைப்படும் போது,

இனிமேலும் எழுதிவைக்காமல் போனால், தங்களின் மரபு அடியோடு அழிந்துவிடும் என்பதாலும், எழுதாக் கிளவியில் இருந்து, எழுதும் கிளவிக்கு மாறினார்கள், குப்த காலத்தில்!

* பிராகிருதம் (प्राकृत) = பிர+கிருதம் (Raw Form);
* சம்ஸ்கிருதம் (संस्कृत) = சம்ஸ்+கிருதம் (Refined Form)

இம்மொழிகளின் பெயர்களே, இவற்றின் தொன்மங்களை ஓரளவு காட்டிக்கொடுத்துவிடும். மக்களிடம் Raw ஏற்பட்ட பின்னரே, பண்டிதர்களிடம் Refined ஆகும். அதான் உலக இயற்கை.

சான்றாக: "தம்மம், மாக்கம், சத்தம்" என்ற பிராகிருத மொழிச் சொற்கள், "தர்மம், மார்க்கம், சப்தம்" என்றெல்லாம் -ர்/-ப் ஒலி பெற்று, சம்ஸ்கிருத மொழி ஆகிவிடும். "தம்மம் ஸரணம் கச்சாமி" என்பதுதான் பிராகிருத பௌத்தம். அந்தத் தம்மம் -> தர்மம் ஆகிவிடும், சம்ஸ்கிருத பாஷையில்.

போலவே, "காஹா சத்த சயி" என்ற பிராகிருத இலக்கியத்தை, "காதா சப்த சதீ" என்று சம்ஸ்கிருத பாஷையில் எழுதுவார்கள். "மொக்கல்லானா & சாரிபுத்தா" என்ற புத்தரின் சீடர்களை, "மௌத்கல்யாயனா & சாரிபுத்ரா" என்று எழுதுவார்கள், சம்ஸ்கிருத பாஷையில். இப்படி, Raw/Refined என்று வடிவங்கள் மாறியதே பிராகிருதமும், சம்ஸ்கிருதமும்!

சொல்லப்போனால், 'சம்ஸ்கிருதம்' என்ற சொல்லே, வேதங்களில் எங்கும் வராது! 'சந்தஸ' என்றுதான், பின்னாள் இலக்கண ஆசிரியர் பாணினியே அதை எழுதிவைப்பார். கௌதம புத்தரிடம் இந்தச் சந்தஸ மொழியில் உரையாற்றினால் அதிகாரத்தில் உள்ள பண்டிதாள் ஆதரவு கிட்டும் என்று சொல்லப்பட, அதை அவர் மறுத்து, மக்கள் மொழியான பிராகிருதமே தனக்கு வசதிப்படும் என்று விருப்பம் தெரிவிப்பார். 'சம்ஸ்கிருதம்' என்ற சொல்லே, ஒரு மொழியாக முதலில் வருவது, பின்னாள் ராமாயணத்தில்தான். நன்கு மெருகேற்றிச் செய்யப்பட்டது என்ற பொருளில். (வாசம் ச உதாஹரிஷ்யாமி மானுஷீம் இஹ சம்ஸ்கிருதாம் – சுந்தர காண்டம் 30-17). காளிதாசரின் மஹா காவ்யமான சாகுந்தலத்தில், பொதுமக்கள் & பெண்கள் (கீழ்க்குடிகள்) பிராகிருத மொழி பேச, அரசவைப் பண்டிதர்கள் (மேல்குடிகள்) சம்ஸ்கிருத பாஷை பேசுவதாக, அவரே தம் நாடகத்தில் காட்டுவார்.

பிராகிருதம், மக்கள் மொழியாக இருந்ததினால்தான், அதிலேயே தங்கள் கருத்துகளைப் பரப்பினார்கள், வேத மத எதிர்ப்பாளர்களான மகாவீரரும் புத்தரும்! வேத வைதீக மதத்தினரோ, 'மேன்மை'

கருதி, சம்ஸ்கிருத பாஷையைத்தான், தங்கள் மதத்துக்கு அதிகமாகக் கையாண்டார்கள்.

இன்று வடமாநிலங்களில் பரவியுள்ள பல மக்கள் மொழிகளுக்கு (ராஜஸ்தானி, பஞ்சாபி, குஜராத்தி, வங்காளம், ஒடியம், மகாராட்டிரம், இன்னும் பல) மூலம்: பிராகிருதமே அன்றி, சம்ஸ்கிருதம் அல்ல!

பாளி, செளரசேனி, மகதி, அர்த்த மகதி, அவந்தி, காந்தாரி, மகா ராட்டிரி என்று அந்தந்தப் பகுதிக்கேற்ப விளைந்த பிராகிருத மொழி களே, மக்கள் மொழிகள் ஆகின.

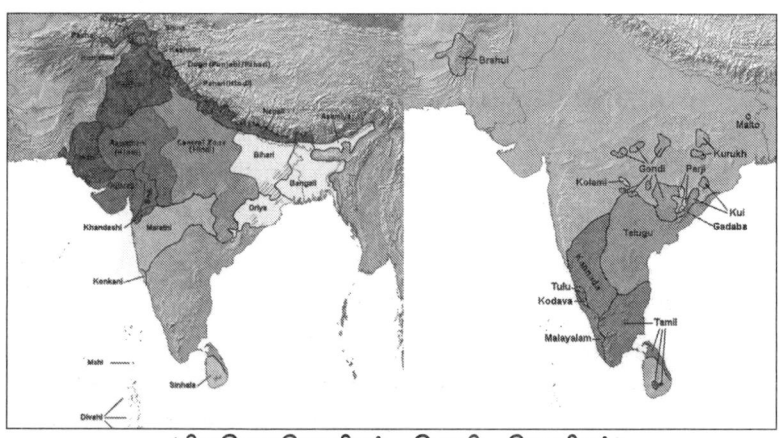

(பிராகிருத மொழிகள் – திராவிட மொழிகள்)

அவற்றின் ஆதியான, சமண/பௌத்தப் பிராகிருத மொழியே, அசோகர் முதலானோர் காலத்திலும் பரவியிருந்து, அசோக பிராமி வரிவடிவங்களும் கொண்டிருந்தன. அப்போதெல்லாம், வைதீகச் சம்ஸ்கிருத மொழி, அதிகம் பிராமி வரிவடிவத்தைப் பயன்படுத்தி யிருக்கவில்லை. பின்னாள் குப்த காலத்தில்தான், வேத மரபுகள் -> புராண மரபுகளாய் மாறத் துவங்கிய போது, எழுதாக் கிளவி -> எழுதும் கிளவியாய், எழுத்தாக்கம் நிறைய உயிரூட்டப்பட்டு, குப்த வரிவடிவத்தையும் பிராமி வரிவடிவத்தையும் சம்ஸ்கிருதம் அரவணைத்துக் கொண்டது; அதுவே நாகரி/தேவநாகரி என்றும் பின்னாளில் தொடர்ந்தது.

பதஞ்சலியின் மஹாபாஷ்யத்தின் காலம் 150 *BCE* என்பார்கள். ஆனால், அதன் எழுத்துணரியாக்கம் 14*th* *CE* தான் கிடைக்கும். ருக் (ரிக்) முதலான 4 வேதங்கள், பாணினியின் அஷ்ட த்யாயி

இலக்கணம், காளிதாசரின் இலக்கியங்கள், பல்வேறு புராணங்கள், என்று இவற்றின் கால அளவீடு, உய்த்துச் சொல்லப்படும் காலக் கணிப்பே அன்றி, நேரடியான சம்ஸ்கிருத எழுத்தாவணத் தரவுகள் அல்ல! எழுத்துத் தரவு, *(Written Account)* பின்னாளில்தான் கிட்டும்!

- சம்ஸ்கிருத மொழிக்கான ஆதி ஆவணக் காலத்தை 150 BCE என்று கணித்தாலும், நேரடியான எழுத்து வடிவம் கிட்டும் ஆவணங்கள், 1000 *CE* தான். **(உதயகிரிக் கல்வெட்டுகள், தேவநாகரி வரிவடிவம்)**

- *Bareilly* **குடிலைக் கல்வெட்டு** *(Kutila Inscription)* தான், சம்ஸ்கிருத எழுத்து மூலம் காட்டத் தொடங்கும்; அதன் காலம் 990 *CE* தான். அதில், பிராமி & குப்த வரிவடிவங்கள் மாறி, தேவநாகரிச் சாயல் காட்டத் தொடங்கும். (குடிலை/ कुटिल என்பதே கோணலான எழுத்து என்றுதான் பொருள்).

- **ருத்ரதாமன் கல்வெட்டுகள்** (Junagadh) 150 CE என்று காலம் காட்டினாலும், அதில் மன்னனின் சம்ஸ்கிருத ஆதரவு சொல்லப் படுமே அன்றி, அதன் வரிவடிவம் பிராகிருத நாகரி எழுத்தே!

- **ராஜஸ்தான் (சித்தோர்கர்)** பகுதியில் கிட்டும் தொன்மையான 1st century BCE கோசுண்டி-ஹதிபாடா கல்வெட்டுகள்கூட, மொழிச் சான்றாகக் கிட்டாமல், அஸ்வமேதச் சடங்குச் சான்றாகத்தான் கிட்டுகின்றன, அதுவும் அசோகப் பிராமி வரி வடிவத்தில்.

இப்படி, சம்ஸ்கிருத மொழிக்கே உரிய நேரடி எழுத்தாவண வரி வடிவச் சான்றுகள், பின்னாளே! *1st century BCE* தான் கிட்டும்! எவையும் *6th century BCE*-ல்லாம் காட்டாது!

தமிழுக்கு இந்தச் சிக்கல் இல்லை! ஆதி எழுத்து ஆவணங்கள் *(Earliest written accounts)* தமிழுக்கே அதிகம் கிட்டுகின்றன! மேலும், தமிழுக்கென்று தனித்த வரிவடிவங்கள் உண்டு. தமிழி (தமிழ்ப் பிராமி), அசோக பிராமியினும் வேறுபட்டது; பின்னாள் வட்டெழுத்து, கோலெழுத்து என்று, இன்றைய வரிவடிவம்வரை, தமிழுக்கான எழுத்து தனித்தன்மை உடையது. பிற வடிவங்களைச் சாராதது.

- **இன்று, கீழடியில் *3.53* மீட்டர் ஆழத்தில் எடுக்கப்பட்ட 6** பகுக்கூறுகள் *(Sample), Accelerator Mass Spectrometry (AMS)* கால ஆய்விலே, தமிழி எழுத்து வரிவடிவத்தினை *580 BCE*-க்கும் முன்பு இட்டுச் செல்கின்றன. *6 th century BCE* என்பது, இது வரை எந்த இந்தியத் தொன்மொழிக்கும் கிட்டாத, அறிவியல்

ஆவணச் சான்றாகும்! அதுவும், சடங்குச் சான்றாக இல்லாமல், நேரடியான எழுத்தாவண வரிவடிவச் சான்றாகும்! தமிழ் மொழி, சம்ஸ்கிருத பாஷையைவிட மூத்த மொழி, என்று சொல்வதற்கு இது போன்ற எழுத்துத் தரவுகள்தான் முதற் புள்ளி! ஏனெனில், ஒரு மொழி, தன்னை எழுதுவதற்கு, சம்ஸ்கிருதம் போல் சொந்த வரிவடிவங்கள் ஏதுமின்றி, தன் நேரடியான எழுத்து முறையெல்லாம் தொலைத்து, இவ்வளவு திண்டாட வேண்டிய தேவையில்லையே! அஃதொன்றே, சான்று பகர்ந்துவிடும், தொன்மையின் கூறுகளை!

- தமிழி (தமிழ்ப் பிராமி) வரிவடிவத்துக்கும் மூத்து விளங்கும் **சிந்து சமவெளி எழுத்துகள்** *(Indus Script)*, தொல்தமிழ் (அ) *Proto Dravidian* தான், என்று இன்னும் தீர்மானமாக முடிவு செய்யப்படவில்லை.

(கீழடி பதக்கூறுகள் – குவிரன் ஆதன் -தமிழி வரிவடிவம் -6th BCE)

படுகைக் குறிகள்/ படவெழுத்து *(hieroglyph)* ஆய்வுகளின் மூலமாக, *Asko Parpola, Kamil Zvelebil*, ஐராவதம் மகாதேவன், *Yuri Knorozov* போன்ற பலப்பல உலக அறிஞர்கள், சிந்து சமவெளி வரிவடிவக் கூறுகள், ஆதிதிராவிடமொழிக் குடும்பத்தின் தமிழ் வடிவமே என்று ஆய்ந்து உரைத்தாலும், அதற்கான மேலதிகத் தரவுகளை, இன்னும் அறிஞர்கள் தேடுகின்றார்கள். அந்த ஆய்வுகளின் நிறைமுடிவும் வந்து சேர்ந்துவிட்டால், தமிழ்த் தொன்மவியல் உலக அரங்கில் வலுவானதொன்றாகிவிடும்! சிந்து சமவெளி நாகரிகம், *Bronze Age* என்பதால், *3000-2000 BCE* வரைகூடச் செல்ல முடியும்!

- சிந்து சமவெளி இன்னும் ஆய்வில் உள்ளதால், கீழடிதான் இப்போதைக்குத் தமிழ்மொழிக்குக் கிட்டக் கூடிய *(Earliest Written Account)* உச்சநிலைத் தொன்மச் சான்று! *6th Century BCE*. அடுத்து வரும் தொன்மச் சான்றுகளையும், வரிசையாகக் காண்போம்.

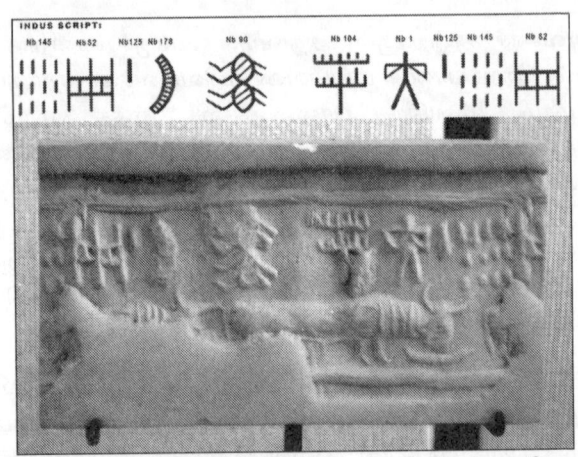

(சிந்துவெளி வரிவடிவம் – இன்னும் அறுதியிடப்படவில்லை)

- அடுத்து, முதன்மையான சான்று, ஈழத்தில் (இலங்கையில்) கிட்டுகிறது. ஆனைக்கோட்டை முத்திரை என்ற எழுத்தாவணம். அது 4th Century BCE என்று கணக்கிடப்பட்டுள்ளது. யாழ்ப்பாணம் மாவட்டத்து ஆனைக்கோட்டையில், பெருங்கற் காலப் (Megalithic) புதைகுழித் திட்டு ஆய்வுகளின் போது, மண்டையோட்டு அருகே மண்பானைகளில் கிட்டியது. "கோ-வே-த" என்று தமிழி (தமிழ்ப் பிராமி) வரிவடிவத்தில் எழுதப் பட்டுள்ள இந்த ஆவணம், கோவந்து/ கோவேதன்/ திவுகோ என்று அறிஞர்களால் பலவாறாகப் படிக்கப்படுகிறது.

- அடுத்து, பொருந்தல் என்றொரு தொல்லியல்களம். இது தமிழ்நாட்டின் பழனிமலை அருகில். கறுப்பு-சிவப்பு மட்கலங் களில் கிட்டிய நெல்மணிகள், Accelerator Mass Spectrometry ஆய்வுக்கு உட்படுத்தப்பட்டு, 490 BCE என்று கணக்கிடப் பட்டுள்ளது. இது, தமிழி (தமிழ்ப் பிராமி) வரிவடிவத்தின் காலம், 5th Century BCE என்ற சான்றையும் அளித்து, தமிழ்ப்

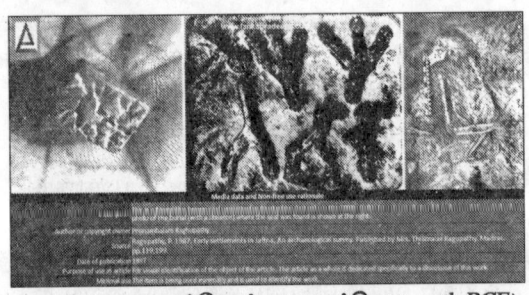

(ஈழம் – ஆனைக்கோட்டை முத்திரை – 4th BCE)

பிராமி அசோக பிராமிக்கு (3rd Century BCE) 200 ஆண்டுகளுக்கு முன்பே, என்ற நிறுவலுக்கும் வழிவகுக்கின்றது.

- அடுத்து, **மதுரையின் அருகில் மாங்குளம்** என்ற தொல்லியற் களம். இங்கு, சங்க காலக் குகைக் கல்வெட்டுகளை, *Robert Sewell 1880*களிலேயே கண்டுபிடித்தார். பாண்டியன் நெடுஞ்செழியனின் பணியாளர்கள் (கடலன் வழுதி), சமண முனிவர்களுக்குக் கற்படுக்கைகள் செய்து கொடுக்கும் தகவல்கள், இதில் கிட்டுகின்றன. தமிழி (தமிழ்ப் பிராமி) எழுத்துகளில், சமணம் தொடர்பான பாளி மொழிச் சொற்களோடும் சேர்ந்து கிடைக்கும் அரிய கல்வெட்டு இது. இதன் காலம், 3rd Century BCE என்று கணக்கிடப்பட்டுள்ளது.

A RING STAND with a Tamil-Brahmi inscription

(பொருந்தல் – தமிழி வரிவடிவம்-*5th BCE*)

- அடுத்து, **கொடுமணல் என்ற தொல்லியல் களம்,** ஈரோடு/ சென்னிமலைக்கு அருகில். அங்கும், தமிழ் வரிவடிவங்கள் கண்டுபிடிக்கப்பட்டு, இலக்கியச் சங்கத் தமிழுக்கும் அறிவியல் சான்று தரும் களம். கொடுமணம் என்று சங்ககாலத்தில் அழைக்கப்பட்ட இத்தொழில் நகரம்தான், சங்கத்தமிழ் பதிற்றுப் பத்து நூலிலும் வருகிறது; இலக்கியமும் தொல்லியமும் ஒத்திசைவு பெறும் களம்

(மாங்குளம் – தமிழி வரிவடிவம் – *3rd BCE*)

- ரோமாபுரிப் பொற்காசுகளும் இங்கு கிட்டியுள்ளன. இரும்பினை எஃகு ஆக்கும் உருக்குத் தொழில்நுட்பமும், அதற்கான கருவிகளும் இங்கே கிட்டியுள்ளன. நொய்யல் ஆற்றங்கரை நாகரிகத்தின் தொட்டிலாக விளங்கும் இந்த அகழாய்வில், முதுமக்கள் தாழி மட்டுமல்லாது, வாழும் நாகரிகப் பொருட்களும் ஒருசேரக் கிட்டியுள்ளன.

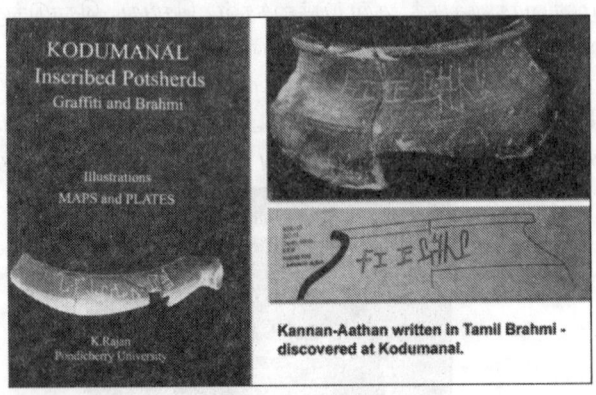

(கொடுமணல் – கண்ணன் ஆதன் – தமிழி வரிவடிவம்)

ஈட்டி முனை, வாள், இரும்பு உருக்கு, ஒப்பனை வளையல், தமிழி (தமிழ்ப் பிராமி) எழுத்துகளைக் கொண்ட மட்பாண்டம் என்று பலவும் கிட்டியதோடு மட்டுமன்றி, பண்டைய ரோமாபுரி தமிழகத்திலிருந்து இறக்குமதி செய்த *Beryl* கற்களும், இங்கிருந்தே! $Be_3Al_2Si_6O_{18}$ என்று அறிவியலில் சொல்லப்படும் *Beryllium Aluminium Cyclosilicate*, அணிகல அருங்கற்களான *emerald, quartz, aquamarine* போன்றவையும் கொடுமணல் வணிகச் சந்தையே. இதன் காலம், *2nd Century BCE* என்று கணக்கிடப்பட்டுள்ளது.

(கொடுமணல் – Onyx Beads -நரம்புக்கல் மணிகள் – 2nd BCE)

- அடுத்து, கோவைக்கு அருகில் பெரியதடாகம் பகுதியில், சுடுமண் தாங்கிகள் தமிழி (தமிழ்ப் பிராமி) எழுத்துகளுடன் கண்டுபிடிக்கப்பட்டுள்ளன. "தவ சாத்தன்" என்று எழுதப் பட்டுள்ள இவையும் 2nd Century BCE என்றே கணக்கீடு.

- அடுத்து, ஈழத்தின் (இலங்கை) தென்பகுதியில் திசமகாராமை (Tissamaharama) நகரில் காணலாகும், தமிழி (தமிழ்ப் பிராமி) மட்பாண்டச் சாசனம். 'திரளி முறி (அ) புலைத்தி முறி' என்று அறிஞர்களால் படிக்கப்படும் இந்த வரிவடிவம், 2nd Century BCE என்றே கணக்கிடப்பட்டுள்ளது.

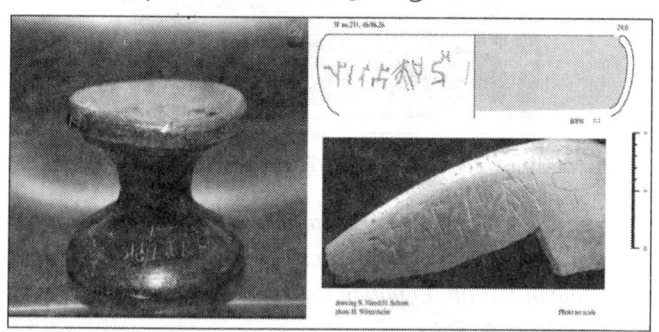

(சுடுமண்தாங்கி, பெரியதடாகம் - 2nd BCE) (மட்பாண்டம், திசமகாராமை, ஈழம் - 2nd BCE)

இவ்வளவு நேரம் சொன்ன அத்தனை களங்களையும் ஆவணங் களையும் பொருத்திப் பாருங்கள்; ஒன்றுகூடச் சம்ஸ்கிருதச் சான்று கள் போல், 1st Century BCE அல்ல! எல்லாம் அதற்கும் மிக மிக முந்தியவை; 6th Century BCE வரை செல்கின்றன! (600 BCE – 200 BCE).

ஆனால், சம்ஸ்கிருத பாஷைக்குக் கிடைக்கும் நேரடிக் கல்வெட்டுச் சான்றுகளான கோசுண்டி-ஹதிபாடா கல்வெட்டுகூட, 100 BCE மட்டுமே; அதுவும் மொழிச் சான்றாகக் கிட்டாமல், அஸ்வமேதச் சடங்குச் சான்றாகத்தான்; அதுவும் நேரடிச் சம்ஸ்கிருத எழுத்து வரி வடிவத்தில் அல்ல; பிராகிருத அசோகப் பிராமியின் வரிவடிவத்தில் தான்; தமிழி (தமிழ்ப் பிராமி) போல் தனி எழுத்தில் அல்ல!

இதிலிருந்தே நாம் விளங்கிக்கொள்ளலாம், தமிழுக்குக் கிடைக் கும் ஆதி எழுத்தாவணங்கள் (Earliest Written Account), சம்ஸ்கிருத பாஷைக்குக் கிடைக்கும் எழுத்தாவணங்களைவிட, குறைந்தது 500 ஆண்டுகளாச்சும் மூத்தவை!

இவை தெளிவான அறிவியல் தரவுகள், புனைவுப் புராணங்கள் அல்ல!

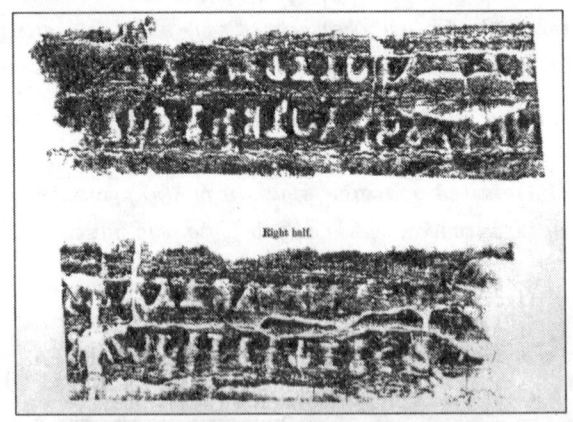

(கோசுண்டி-ஹதிபாடா கல்வெட்டு, சம்ஸ்கிருதச் சான்று -1st BCE)

இன்னொன்றையும் நாம் விளங்கிக்கொள்ள வேண்டும். பிற உலகச் சமூகங்களைப் போல், தமிழ்ச் சமூகத்துக்கு, ஒரு *Greek Acropolis, Roman Forum, Egyptian Pyramid* போன்ற பெருங் கட்டடத் தொன்மச் சான்றுகள் கிட்டவில்லை.

ஆதி தமிழர்கள், எகிப்து *Pyramid* போல் பெரும் நினைவுச் சின்னங்கள் கட்டவில்லை. அதனால், தொன்மச் சான்று கிட்டல் கடினமாய் உள்ளது! இது வருத்தமே எனினும், இதுதான் தொல் தமிழ் நாகரிகம், அதை இன்று நாம் போய் மாற்றி எழுத முடியாது. **தொல் தமிழ்ச் சமூகம், "குடி சார்ந்த சமூகம்; கோன் சார்ந்த சமூகம் அல்ல"!**

பின்னாளில்தான், அரசர்கள் சார்ந்துசார்ந்து, தனி மனிதத் துதி பெருத்துப்போனது. ஆதி தமிழர்களிடையே, 'சமூக வாழ்வியல் நோக்கு' தான் மிகுதி; அதனால், ஒற்றை மனிதத் துதிக் கட்டடங்கள் (எகிப்து பிரமிடுகள் போல்) என்பதெல்லாம் குறைவே; ஆதி தமிழர் களுக்குப் பெருங்கோயில்/ பெருஞ்சமாதிகள் கட்டிப் பழக்கம் இல்லை!

அச் 'சமூகநோக்கு' இயங்குமுறைதான் தமிழ்மொழியை இன்றும் காலங்கடந்து வாழ வைக்கிறது; எகிப்தியத் தொல்மொழியோ இறந்துபட்டது. எனவே, குறை என்று பார்த்தால்: தொன்மைக்குப் பெருஞ் சான்றாவணம் கிட்டாமை. நிறை என்று பார்த்தால்: இன்றும் காலங்கடந்து மொழி வாழ்கிறது. தேவை: தொன்மமா? தொடர்ச்சியா? – இரண்டும்தான்!

Tamil Archaeology has both upsides & downsides!

எகிப்து பிரமிடு போல், தமிழில் இல்லாதது குறை அல்ல; ஒற்றை ஆள்/ ராஜா/ கடவுள் துதி கடந்து, அதான் தமிழ்மொழியைச் சமூக நோக்கில் தள்ளி, இத்தனைக் காலம் வாழ்வித்துள்ளது; எனவே, தொல் ஆவணச் சான்றுக்கு நாம்தான், வேறு வழிகள் தேடிக்கொள்ள வேண்டும்!

(எகிப்திய பிரமிடு)

(உரோமாபுரி போரம்)

எகிப்து பிரமிடு போல், 'பெருங் கட்டடச் சான்றாவணம்' தமிழில் கிட்டாமையால்தான்.. சிந்து சமவெளி, கீழடி, ஆதிச்சநல்லூர், அழகன் குளம், கொடுமணல், ஈழம் என்றெல்லாம்.. 'சிறுச்சிறு வாழ்வியல் சான்றாவண'மாய்த் தேடிக்கொண்டு உள்ளோம், நம் தொன்மையை உறுதிசெய்ய!

ஆனால், அதற்குத்தான் இன்று பல அரசியல் முட்டுக்கட்டைகள்; சம்ஸ்கிருத பாஷைக்குக் கிட்டும் நேரடித் தொல்லியல் தரவுகளை விட, தமிழ்த் தொல்லியல் தரவுகள் ஒருக்காலும் மிஞ்சிவிடக் கூடாது என்றுதான், பல அரசியல் ஆட்டங்கள் நடக்கின்றன. இந்தியத் தொல்லியல் துறைக்குள்ளேயே பல நச்சுப் போக்குள்ள அதிகாரிகள், தரவுகளை முடக்க எண்ணுகின்றனர். போராடித்தான் மீள வேண்டும்.

கீழடியைக் காப்பாற்றுவது போய், சிந்து சமவெளியைத் தக்க வைத்துக் கொண்டாலே போதும் என்ற அவல நிலை இன்று வந்தே விட்டது. Indus Script = Proto Dravidian Script, என்று அறிவியலாய் நிறுவும் முன்னரே, Indus Valley அகழாய்வுகள் புதையுண்டு மூடிக் கொள்ளப் போகின்றன. (வாசிக்க: The ancient city that's crumbling away) கீழடி கடந்து நாம் இன்னும் முன்னெடுத்துச் செய்ய வேண்டுவன:

1. வைகை ஆற்று நாகரிகம்
2. பொருநை (தாமிரபரணி) ஆற்று நாகரிகம்
3. ஈழத் தொல்லியல் களங்கள்
4. கடல் தொல்லியல் ஆய்வுகள் (Maritime archaeology)

கீழடி என்பது Tip of the Icebergதான். கீழடியைக் கடந்து, இன்னும் 293 களங்களை, திரு. அமர்நாத் என்றோ Journal பட்டியல் இட்டு விட்டார். Page 147-162, INDIAN ARCHAEOLOGY JOURNAL. (வாசிக்க: http://asihyderabadcircle.com/storage/files/1pozl2KUOexYh6T 3fJLyUCeNmtDjqxYuxy4 Y1t0.pdf) தொல்லியல் களங்கள் இன்னும் பலப்பல இருக்கின்றன. ஆனால் நாம்தான் நிறைய ஆய்வுகள் செய்யவே இல்லை; அதற்கான போதுமான நிதியோ/ அதிகாரமோ/ அரசு ஊக்கமோ/ மனமோ, நாட்டிலே இல்லை!

மொகஞ்ச-தாரோ/அரப்பா அகழாய்வுகளில், உலக அறிஞர்கள் எல்லோரையும் அழைத்து வந்து, பணத்தைக் கொட்டி, நிலத்தைக் கையகப்படுத்திக் கொண்டு, விரிவிதமாக ஆய்வு செய்தார்கள். ஆனால் அது போன்ற ஓர் ஆதரவு, கீழடிக்குக் கிடைக்கவில்லை.

இவற்றையெல்லாம் தனிமனிதனாகவோ, குறிப்பிட்ட ஆராய்ச்சி யாளர் ஒரிருவரோ, தனித் தனியாகச் செய்ய முடியாது. அரசாங்கம்

மூலமாக, பன்னாட்டு அறிஞர்களையும் ஈடுபடுத்திச் செய்தால்தான் உண்டு;

அன்று அரிக்கமேடு அகழாய்வு முன்னெடுத்த Sir Mortimer Wheeler அறிக்கையால்தான், தமிழ்மொழி 300 BCE வரையாச்சும் செல்ல முடிந்தது!

ஆற்றங்கரை நாகரிகத் தொல்லெச்சங்கள், பரந்துபட்ட இடங்களில் தோண்டினால்தான், காலநிலைப் படிமங்கள் கிடைக்கும். Harappan கிடைத்தது அப்படியே-, 24 km களங்களில், 20 ஆண்டுகள் அகழ்வாய்வு. ஆனால், கீழடிக்கோ 30 மீட்டர் தோண்டவே, முக்க வேண்டியுள்ளது!

தமிழகத்தில் மட்டுமன்றி, ஈழத்திலும் பரவலாகச் செய்யப்பட வேண்டும்!

ஆனைக்கோட்டை முத்திரை, திசமகாராமை தொல்லியல் களங்களைக் கடந்து, தமிழ் இலக்கிய மணிமேகலையில் வரும் நயினாத் தீவு (மணிபல்லவம்), கந்தரோடை, உச்சப்பனை போன்ற இடங்களிலெல்லாம் தமிழி (தமிழ்ப் பிராமி) வரிவடிவப் பானை ஓடுகள்

கீழடி – குடி சார்ந்த சமூகம்

(Button)
(Pendant)
(Bead)
(Bead)
(Ring)
(Needle)
(Plate)

IN THE FOURTH PHASE OF EXCAVATIONS AT KEEZHADI, 72 POTSHERDS WITH TAMIL-BRAHMI SCRIPT WERE DISCOVERED AT THE SITE FEATURING GRAFFITI DISCOVERED FROM KEEZHADI DATE BACK TO 580 BCE. THIS GRAFFITI IS BELIEVED TO BE THE LINK BETWEEN THE INDUS SCRIPT AND THE TAMIL BRAHMI.
INDUS SIGN-225
INDUS SIGN-387
INDUS SIGN-365

Spindle Whorls

Terracotta Figurines

நிறையவே கிட்டுகின்றன.

கிட்டும் போதே ஆயாமல் விட்டுவிட்டு, தொலைந்த பின் ஆய்வது என்பது, கண்கெட்ட பின் கதிரவ வணக்கம் போன்றதே!

தமிழ்த் தொல்லியலின் அடுத்த கட்டப் பணிகளாவன (Next Steps):

1. Government level MOU with the City of Rome (linking Tamil Nadu-Roman ancient trade artefacts and Arretine Roman Pottery)
2. C14 Attestation by Global Bodies/ World Universities and extended U 234-Th 230 Dating.
3. Link all Excavation Sites of Tamil Nadu under an autonomous international academic authority.
4. Establishing an Archaeological University of Tamil Nadu with tie-ups to Global Universities.
5. Habitation and Burial Sites, Maritime archaeology -Resource Allocations.
6. Storage of Artefacts and International Insurance on precious artefacts.

முன்பே சொன்னது போல், இவற்றால் மட்டுமே மொழி பிறந்த நாளைத் துல்லியமாகச் சொல்லிவிட முடியாது. இவை ஓர் ஒப்பியல் அளவில் மட்டுமே! Earliest Written Accounts சான்றுகள் கிடைக்கக் கிடைக்க, ஆய்வின் போக்குகள் மாறும். தரவுகளின் எல்லையே, ஆராய்ச்சியின் எல்லை.

Anecdotal evidence/ Empirical evidence – இரண்டுமே ஆராய்ச்சிக்குத் தேவைப்பட்டாலும், அறிவியல் முறைமையிலான Empirical evidence என்பதற்கே முதன்மை.

இலக்கியம்/ கல்வெட்டுகள் போன்றன யாவுமே Anecdotal evidence வகையைச் சேர்ந்தவை. ஓர் உரையாடலாக மட்டுமே சொல்லப் படுபவை. அவற்றில் மனிதப் பிழைகள் (human error) ஏற்பட வாய்ப் புண்டு.

ஆனால், அகழாய்வில் கிட்டும் வரிவடிவ எழுத்துடைய பானை ஓடுகள் போன்ற பொருட்களோ, வெறும் உரையாடலாக மட்டும் இல்லாமல், காலக் கணிப்புக்கு உட்படுத்தப்படும் Empirical evidence வகையைச் சேர்ந்தவை.

போலவே, வெறும் வரித் தரவுகள் வேறு; சூழல் தரவுகள் வேறு!

இரண்டும் ஒத்திசைவு பெற்றால்தான் ஆய்வில் செல்லுபடி ஆகும். வெறுமனே சில வரிகள், சில சுலோகங்களில்/ பாடல்களில் இருப்ப தென்பதே முழுத் தரவு ஆகிவிடாது!

சம்ஸ்கிருத நூல்களில், சத்ய யுகம், திரேதா யுகம், துவாபர யுகம், கலி யுகம் என்றெல்லாம் சொல்லுவார்கள். இதில் கலியுகத்துக்கு மட்டுமே 432,000 ஆண்டுகள். இராமன் பிறந்த திரேதா யுகமோ 1,296,000 ஆண்டுகள் என்று சாஸ்திர வரிகள். ஆனால் அப்போது, மனிதனே தோன்றியிராத காலம். பெருங் கற்காலமே~10,000 ஆண்டு களில்தான் துவங்குகிறது. Homo Sapiens தோற்றக் காலமே 200,000 ஆண்டுகள்தான். எனில், இராமன் எப்படி 400,000 ஆண்டுகள்? இவை, புராணக் கதைக்கு நன்றாக இருக்கும். ஆனால், ஆய்வுகளில் செல்லாது!

போலவே, ராம சேது எனப்படும் இராமர் பாலத்தை ஜோடனை யாக விவரித்துப் பாடும் வால்மீகி மகரிஷி, அதன் நீள-அகலங்களையும் குறிப்பிடுவார். 'தச யோஜன விஸ்தீர்ணம், சத யோஜன ஆயதம், இதி நள சேதும்' என்பது வெறும் வரித் தரவே; அது சூழல் தரவிலே அடிபட்டுப் போகும். 10 யோஜனை (130 km) அகலம், 100 யோஜனை (1300 km) நீளம் கொண்ட பாலம், உலகிலேயே இல்லை. மேலும், இலங்கைத் தீவோ, துணைக்கண்டத்திலிருந்து வெறும் 30 km தொலைவு மட்டுமே. 1300 km தொலைவில் அல்ல இலங்கை!

அதனால், ஒரு நூலில் சில வரிகள் வருவதாலேயே, வரித் தரவு களே, முழுத் தரவுகள் ஆகிவிட மாட்டா!

•••••

அது மட்டுமல்ல, பல மேலை நாட்டு அறிஞர்களுக்கு, வரித்தரவு கள் மிகவும் பிடித்தமானவை என்பது உண்மையே! ஒன்றுமே இல்லாததற்கு, ஏதோவொரு சான்றாதாரம் என்ற வகையில் அது சரி தான்! ஆனால், உலகச் சூழலைவிட, இந்தியச் சூழல் சற்றே மாறு பட்டது!

இங்கு, இந்தியச் சூழலில், சமூகநீதி என்பதும் சேர்த்து உள்ளடக் கியதே ஆராய்ச்சி முறைகள்!

ஏனெனில், ஒரு பெருஞ் சமூகத்துக்கே கல்வி மறுக்கப்பட்டு, அச்சமூகத்தின் தரவுகளையும், அதனை அடிமைப்படுத்திய வேறொரு வரே எழுதிக்கொண்டது என்பதால், முழுக்கமுழுக்கச் செல்லுபடி ஆகாது! வர்ணத்தாலும் ஜாதியாலும் கல்வி மறுக்கப்பட்ட ஒரு

பொதுச் சமூகம், எப்படித் தன் முழு வரலாற்றை எழுத இயலும்? சற்றே அனுசரித்துப் போன இடைத்தட்டு மக்களும், அனுசரணையான சேதிகள் மட்டும்தானே எழுத முடியும்? பறைக்குல மக்களின் வரலாற்றை, அவர்களால் எப்படி எழுதியிருக்க முடியும்? அவர்களைத் "தொல்லியல் சான்று கொண்டு வா", எனில், எங்கிருந்து கொண்டு வருவார்கள்? எங்கிருந்து கொண்டு வர முடியும்? அவர்களுக்கு நிவந்தங்கள், இறையிலிகள், மங்கலங்கள் என்று மன்னர்கள் ஒன்றுமே வழங்காத போது, தங்களை நிரூபிக்கும் கல்வெட்டுச் சான்றுக்கு, பாவம் அவர்கள் எங்கே போவார்கள்?

சில கல்வெட்டுகள், மன்னனே தன் தற்புகழ்ச்சிக்கு வெட்டிக் கொண்டிருக்கக் கூடும். எனவே, அச்செய்திகளின் உண்மைத் தன்மையை, ஒப்பியல் முறைமைகளில் சரிபார்க்க வேண்டியிருக்கும். சில பல கல்வெட்டுகளில், 'திருபுவனச் சக்கரவர்த்தி' என்று எழுதியிருப் பார்கள். ஆனால், அந்த அரசனோ ஒரு குறு நிலத்தை மட்டுமே ஆண்டவனாக இருப்பான். அடைமொழி/ துதிமொழிகளை எல்லாம் நீக்கிவிட்டு, தேவையான தரவுகளை மட்டுமே எடுத்துக்கொள்ளப் படும். இம்மன்னனைப் போலவே, எதிரி நாட்டு மன்னனோ (அல்லது) வேறு எவருமோ, கல்வெட்டில் செதுக்கி இருக்கிறார்களா என்பதையும் ஒப்பிட்டுப் பார்த்து, முரண்பாடுகளை நீக்கி, ஒப்பியல் முறையில்தான் தரவுகள் எடுத்துக்கொள்ளப்படும்.

Anecdotal evidence/ Empirical evidence – இரண்டுமே ஆராய்ச்சிக் குத் தேவைப்பட்டாலும், அகழாய்வுகள் போன்ற அறிவியல் முறை மையிலான *Empirical evidence* என்பதற்கே முதன்மை! இது ஒரு தொடர் பயணம்! சான்றுகள் கிடைக்கக்கிடைக்க, ஆய்வின் போக்கு கள் மாறும்; தரவுகளின் எல்லையே, ஆராய்ச்சியின் எல்லை!

- *தமிழ்த் தரவுகள் = (சிந்து சமவெளி), கீழடி, ஈழம் ஆனைக் கோட்டை, பொருந்தல், மாங்குளம், கொடுமணல்* & Tissamaharama

  => *Direct Writing & Earliest Written Accounts: 6th Century BCE*

- *சம்ஸ்கிருதத் தரவுகள் = கோசுண்டி-ஹதிபாடா கல்வெட்டுகள், ருத்ரதாமன் கல்வெட்டுகள் (Junagadh), குடிலைக் கல்வெட்டு (Bareilly), உதயகிரிக் கல்வெட்டுகள்*

  => *Direct Writing & Earliest Written Accounts: 1st Century BCE*

தமிழ்மொழி, சம்ஸ்கிருத பாஷையைவிடவும், குறைந்த அளவுச் சிற்றெல்லையாக, எழுத்தாவணத் தரவுகளால் *(earliest written accounts)*, 500 ஆண்டுகள்/ 5 நூற்றாண்டுகள் பழமையானது என்று இங்ஙனம் தரவுகளோடு அறுதியிடலாம்! அறுதியிடுக! அறுதியிடு வோம்!

இதனாலேயே, தமிழ்மொழியின் பிறந்த நாளைத் துல்லியமாகச் சொல்லிவிட முடியாது எனினும், ஓர் ஒப்பியல் அளவிலே *(Comparative Languages)*, அறிவியல் சான்றுகளால், *Earliest Written Accounts* அகழாய்வுச் சான்றுகள் கொண்டு, காலத்தால், தமிழ் > சம்ஸ்கிருதம் என்று அறிவியல் உண்மையை அறுதியிடலாம்!

எப்பொருள் எத்தன்மைத்து ஆயினும் -அப்பொருள்
மெய்ப்பொருள் காண்பது அறிவு *(குறள் 355)*
सत्यमेव जयते नानृतं सत्येन पन्था विततो देवयानः ।
येनाक्रमन्त्यृषयो ह्याप्तकामा यत्र तत् सत्यस्य परमं निधानम्

(முண்டக உபநிஷத் 3.1.6 -அதர்வ வேதம்) ஸத்யம் ஏவ ஜயதே! ஸத்யேன பந்தா விததோ!) வாய்மையே வெல்லும்! வாய்மொழியின் தொன்மவியலில், வாய்மையே வெல்லட்டும்!

02

தமிழில் பிற மொழிகளின் கலப்பு திணிக்கப்பட்டதா?

கேள்வி: தமிழில் பிற மொழிகளின் கலப்பு திணிக்கப்பட்டதா? *(பலராமன் இலட்சுமணன், 05 May 2020)*

ஆமாம். சம்ஸ்கிருதம் மட்டுமே திணிக்கப்பட்டது.

மற்ற மொழிச் சொற்கள், வணிக/பண்பாட்டுக் கலப்பு மூலமாக வந்தவை. ஆனால், சம்ஸ்கிருதமோ, மதம் மூலமாகவும் ஜோதிடம் மூலமாகவும் அரசியல் மூலமாகவும் வந்து அரசர்கள் மூலமாக அதிகாரத்தில் ஏறிக்கொண்டு, வலிந்து திணிக்கப்பட்டது. 20% விழுக் காட்டுக்கும் மேல் கலப்படமாகக் கலந்துள்ளது.

நமது வேளாண்மை என்ற சொல்லே போய் விவசாயம் என்று இன்று ஆகிவிட்டது. விவசாயம் என்றால், தொழில் (occupation) என்று தான் பொருள். வேளாண்மை (Agriculture) என்ற பொருள் அல்ல. ஆனால், அரசாங்க அதிகாரிகளாக அமர்ந்துகொண்ட வைதீகர்கள் அப்படி எழுதி எழுதியே பரப்பியதால் இன்று நிலைத்து விட்டது.

சம்ஸ்கிருதம் அல்லாத பிற மொழிச் சொற்கள் வணிக/உறவுகள் மூலமாக வந்தவை. வலிந்து திணிக்கப்படாதவை; அவற்றின் விழுக்காடு 1%க்கும் குறைவே.

+ வசூல் (கொள்முதல்) என்பது அரபிச் சொல்.
+ சாவி (தாக்கோல்/திறவுகோல்) என்பது போர்த்துகீசியச் சொல்.
+ பாக்கி (நிலுவை) என்பது உருதுச் சொல்.
+ சுமார் (தோராயம்) என்பது பாரசீகச் சொல்.
+ குசினி என்பார்கள் ஈழத் தமிழில், சமையலறை என்று

பொருள்; இலத்தீன்/பிரெஞ்சு மொழி cuisine என்பது மருவிக் குசினி ஆனது.

இன்று, தாக்கோல் / திறவுகோல் என்று சிலர் சொல்லக் கடினப் படலாம் (அல்லது) கூச்சப்படலாம்; சாவி என்றே பழகிவிட்டதாக எண்ணிக்கொள்ளலாம்; ஆனால் இன்று தமிழகத்தின் மேற்கு -கொங்குப் பகுதியில், தொறப்புக்குச்சி (திறப்புக்குச்சி) என்றுதான் புழங்குகிறார்கள். எனவே நாம் ஒன்றைப் பிடித்துக்கொண்டு விட்ட தாலேயே, அதான் மொத்த முழுமைக்கும் என்று அவசரப்பட்டு விடக் கூடாது.

தூய தமிழ் என்று தனியாக ஒன்றில்லை! தமிழ்தான், தூய தமிழ்! அதில் இயல்பாகக் கலந்துவிட்ட சாவி போன்ற பிற மொழிச் சொற்கள் குறைந்த அளவில் ஏற்புடையதே. ஆனால் பெருவாரியான அளவில், திட்டமிட்ட கலப்பு, வலிந்து திணிக்கப்பட்ட கலப்பு ஏற்புடையது அன்று! போர்த்துகீசியச் சாவி, திட்டமிட்ட / திணிக்கப்பட்ட கலப்பு அல்ல. ஆனால், சம்ஸ்கிருதக் கலப்பு, திட்டமிட்டதே, திணிக்கப் பட்டதே! திணிப்பு, எவ்வகையிலும் தீதே!

"தமிழ்மொழிமீதும் தமிழ் இலக்கணத்தின் மீதும் திணிக்கப்பட்ட மொழி அரசியல் யாது?" என்ற கேள்வியில், விரிவான விடை கொடுத்துள்ளேன். அதையும் காண்க.

நம்மையும் அறியாமல் நாம் அன்றாடம் பயன்படுத்தும் சம்ஸ்கிருதச் சொற்களுக்கு (வார்த்தை, அர்த்தம், உதாரணம்) இணையான, எளிய தமிழ்ச் சொற்களை (சொல், பொருள், சான்று) *tamilchol.com* என்ற வலைத்தளத்தில் அறிந்து, நாம் அனைவருமே பயன்படுத்தத் துவங்கலாம். மொழி, நலம் பெறும்!

03

எவருடைய காலத்தில் தமிழ் பிற மொழிக் கலப்பு இல்லாமல் இருந்தது?

கேள்வி: எவருடைய காலத்தில் தமிழ் முழுக்கமுழுக்க பிற மொழிகலப்பு இல்லாமல் இருந்தது? அதற்கு ஏதேனும் சாட்சிகள் இருக்கிறதா? *(Sathan J, 06 May 2020)*

இவருடைய காலத்தில் என்று ஒரு தனிமனிதரை வைத்துப் பெரு மொழியின் வரலாற்றை வரையறுக்க முடியாது. வரலாற்றை மன்னர்கள் சார்ந்தே மட்டும் பார்க்காமல், மக்கள் சார்ந்து / சமூகம் சார்ந்து பார்க்கப் பழகிக்கொள்ள வேண்டும்!

✦ தொல்காப்பியருக்கு முன் (தொ.மு.)
✦ தொல்காப்பியருக்குப் பின் (தொ.பி.)

இதுதான், தமிழ்மொழிச் சமூகவியல்/அரசியலின் காலக்கோடு!

தொல்காப்பியரின் காலத்தில் தமிழ்மொழி, அதீதக் கலப்பில்லாமல் நல்ல தமிழாகத்தான் இருந்திருக்கிறது. அய்யன் வள்ளுவனின் காலத் திலும் சங்கத்தமிழ் காலத்திலும் குறைவான விழுக்காடுதான் (~0.5-1.0%) பிற சொற்கள் தமிழில் கலந்திருக்கின்றன.

ஒரு மொழி எந்நேரமும் தனித்து இயங்கவே முடியாது.

எப்படி ஒரு மனிதனால் தனித்து இயங்க முடியாதோ அது போலவே மொழியும். நாம் பக்கத்து ஊர்களுக்கு/நாடுகளுக்குச் செல்வது போல, அங்கு ஒரு கொடுக்கல்/வாங்கல் இருப்பது போல, ஒரு பழகுதல் இருப்பது போல, ஒரு பண்பாட்டு வழங்கல் இருப்பது போல, மொழியும் சமூகம் சார்ந்தே இயங்கும்! இன்றைய அறிவியல் காலத்துக்கு, இது இன்னமும் பொருந்தும்.

ஒரு மொழி தனித்து மட்டுமே இயங்கி, உள்ளுக்குள்ளேயே அதன் (*So called*) தூய்மையைப் பேணுதல் சற்றுக் கடினமே.

மொழிக்குள்ளும் சமூகத்துக்குள்ளும் ஒரு பண்பாட்டு வழங்கல் இருந்துகொண்டேதான் இருக்கும். ஆனால், அது திணிப்பாக/சதியாக இல்லாமல் ஒரு மெல்லிய கொடுக்கல்-வாங்கலாக இருத்தலே நலம்.

ஆனால், என்னதான், நாம் அயல் மனையில் உள்ளவர்களோடு பழகினாலும், நம் வீடே நமக்கு நிலைக்களம்!

அயல் வீட்டின் பண்டம் எப்போதேனும் நம் வீட்டுக்குள் வரலாம். ஆனால், அயல் வீட்டின் விதிகளே, நம் வீட்டுக்கும் என்றால், பிறகு அது நம் வீடாக இருக்காது அல்லவா! அது போலவே மொழியும்!

தென்புலத்தில் தமிழ்நிலம் தனிநிலமாக இருந்த போது, தமிழ்ப் பண்பாடு வளர்ந்த போது, தமிழ் ஆதிகுடி/நடுகல் நாகரிகமாக இருந்த போது, முல்லை/குறிஞ்சி நீங்கி, வயல்வெளி நாகரிகம் (மருதம்) கண்டபோது, தமிழகத்துக்குள்ளேயே பிறநில நாகரிகங்களோடு பழகும் போது, பிறநில நாகரிகத் தமிழ்ச் சொற்கள் ஒன்றிணைந்தன. ஈழத்தில் இருந்தும் தமிழ்ச்சொற்கள் பெறப்பட்டுள்ளன.

வடபுலத்திலோ பிராகிருத மொழி, சம்ஸ்கிருத பாஷைக்கும் மூத்த மொழி. அவற்றின் பேர்களே காட்டிக் கொடுத்து விடும். பிரா+கிருதம் (*Raw Form*), சம்ஸ்+கிருதம் (*Refined Form*). *Raw* என்ற நிலைக்குப் பின்னரே *Refined* என்ற நிலை பிறக்கும். புத்தர்/மகாவீரர் காலத்துக் கருத்துகள் பலவும் பிராகிருத மொழியிலும், பாளி மொழியிலும் தான் நன்கு பரவின, பரப்பப்பட்டன.

ஆதி தமிழ்நாடு & ஆதி மகதநாடு; நாடுகளின் இடையே ஊடாடல்; தக்கண உத்தரப் பாதைகளின் வழிச்சாத்து இடை நகரல்கள்! வணிக-அரசாங்கத் தொடர்பு காரணமாய், தமிழ் நிலத்தின் ஓரமாய் வந்து குந்தின சமணம், புத்தம், வைதீகம், இன்ன பிற வடநெறிகள்! அது கடைச் சங்க காலம்.

பத்திரபாகு என்ற சமண முனிவர் தமிழ்நாட்டிற்குள் வரும்போது, தமிழ்மொழியை கற்றுக்கொண்டு, தன் சமயத்தைப் பரப்பத் தலைப்பட்டார். அப்போது தமிழ்வெளியில் கிரந்த எழுத்துகள் கிடையாது (ஜ, ஸ, ஷ, ஹ, க்ஷ, ஶ்ரீ). அவர்கள் தமிழ்மொழியைத் தங்கள் வசதிக்காகச் சிதைக்காமல், தமிழ்மொழிக்கு ஏற்றாற் போலத் தங்களுடைய சமயச் சொற்களையே மாற்றிக்கொண்டார்கள்.

(ஆசாரிய பத்திரபாகு -சமண முனிவர்)

எடுத்துக்காட்டாக, அரிஹந்த் *(Arihant)* என்பது சமணம். இதை அவர்கள் 'அருகன்' என்று தமிழ்ப் படுத்துகிறார்கள். தமிழில் 'முருகன்' என்று சொல்வது போல 'அருகன்' என்று தமிழாக்கம் செய்கிறார்கள், 'ஹ' என்ற எழுத்து தமிழில் இல்லாமையால்! புத்த மதத்திலும் தமிழ்மொழிக்கு ஏற்றாற் போல் பல சமயச் சொற்களைத் திருத்திப் பயன்படுத்தி இருக்கிறார்கள். சங்கம் மருவிய காலத்து நாலடியார், பின்னாளில் நன்னூல் எல்லாம் சமண முனிவர்கள் எழுதியதுதான். இவர்கள் தமிழ்மொழியியலை மதித்தே தம் சமயம் பரப்பினார்கள்.

ஆனால் இதுபோன்ற ஒரு நயத்தக்க நாகரிகத்தை வேத மதம் (அன்றைய பிராமண மதம்; இன்றைய ஹிந்து மதம்) பின்பற்றவில்லை. அதனால், சமயம் சார்ந்த கலப்புச் சொற்கள் தமிழுக்குப் புதிதாக வருகின்றன. பரவலாகவும் வருகின்றன. வேத மதத்தவர்கள், பல புண்ய/பாவ/ஆன்ம தத்துவங்களையும், வருங் காலம் பற்றி உரைக்கும் ஜோதிடக் குறிப்புகளையும், இன்ன பிற மாயக் கதைகளையும் சிறுகச்சிறுகச் சொல்லி, அதிகாரத்தில் இருக்கும் தமிழ் மன்னர்களைத் தங்களுக்கு ஆதரவாகப் பிடித்துக்கொண்டனர். எப்போதுமே தனித்தனிக் குழுவாய்ப் பரப்புவதைவிட, அரசாங்கம் மூலமாகப் பரப்புவது எளிது அல்லவா!

ராஜசூய யாகம் வேட்ட பெருநற்கிள்ளி என்ற சோழ மன்னன். 'ஜ' என்ற எழுத்து தமிழில் கிடையாது என்பதால் இராசசூய யாகம் வேட்ட பெருநற்கிள்ளி என்றே அழைக்கப்பட்டான்.

அதுபோல, பல்யாக சாலை முதுகுடுமிப் பெருவழுதி என்ற பாண்டிய மன்னன். இப்படி வைதீக மதம், ஹோமங்கள்/யாகங்கள் என்று கடைச்சங்க காலத்திலேயே கடைவிரிக்கத் துவங்கிவிட்டது.

முதல்/இடைச் சங்க காலமே சற்றுத் தப்பித்தது. காய்சின வழுதி முதல் கடுங்கோன்வரையிலும், பின்பு வெண்டேர்ச்செழியன் முதல் முடத்திருமாறன்வரையிலும், அக்காலம், திணிப்பிலாக் காலம்! அதன் பின்னர் வந்த கடைச்சங்க காலமே, திணிப்பின் காலம்!

மன்னர்களின் ஆதரவு மட்டுமல்லாது, மக்களிடமும் தங்கள் சமயத்தைப் பரப்ப முற்பட்ட போது, சமணர்கள்/பௌத்தர்கள் செய்யத் துணியாத ஒன்றையும் செய்தனர் வைதீகர்கள்.

தங்களின் வேத அடிப்படைகளையே சற்றுத் தளர்த்திக்கொண்டு, தமிழ்நிலத்தின் ஆதிகுடி முன்னோர்த் தெய்வங்களின் மீதே, தங்களின் புராணப் புதுத் தெய்வங்களையும் ஏற்ற முனைந்தனர். 'கந்தழி நடுகல்' எனும் கந்தன், வைதீக ஸ்கந்தன் ஆக்கப்பட்டான். குறிஞ்சியின் சேயோன், சுப்ரமண்யன் ஆக்கப்பட்டான். முல்லையின் மாயோன், விஷ்ணு ஆக்கப்பட்டான்.

இருந்ததின் மேலேயே ஏற்றிவிட்டால், எது இருந்தது? எது வந்தது? என்று பிரித்தறிவது கடினமாகி ஒன்றிவிடும் அல்லவா?

தமிழகம் அதுவரை அறிந்திராத பல சமயக் கொள்கைகள், சமூகப் பிரிவினைகள், ஜாதக/ஜோதிட மூடநம்பிக்கைகள், தமிழ்மொழியில் கலக்கப்படும் சம்ஸ்கிருதச் சொற்கள் என்று சிறுகச்சிறுகச் சமூகத்தில் பரவத் தொடங்கின. சமூகத்தில் பரவத் தொடங்கியதால், இலக்கியத்திலும் பரவத் தொடங்கின.

இப்புதிய வேத மதத்தின் போக்கைக் கண்டிக்கும் பாடல்களும் சங்கத்தமிழில் உண்டு! (புறநானூறு 335, குறுந்தொகை 156, கலித்தொகை 65, இன்னும் பல).

சிலப்பதிகாரமோ, இச்சமூக மாற்றத்தை விரிவாகக் காட்டும் காலக் கண்ணாடி. காதல் திருமணங்கள் அருகி, வீட்டோர் பார்த்து மண முடிக்கும் திருமணங்களும் பெருகின காலம். கண்ணகி-கோவலன் மணமே, மாமுது பார்ப்பான் மறைவழி காட்டிப் பெற்றோர் சொற்படி நடத்தி வைத்தாலும், கண்ணகியைப் பிரிந்த கணவன் மீண்டு வருவதற்கான சோமகுண்ட-சூர்யகுண்டப் பரிகாரம் செய்ய மறுக்கிறாள். இப்படி, மக்கள் மாறாமல்/மாறத் துவங்கி -இரு வழி நின்றும் சமூகச் சிக்கல்களைச் சந்தித்த காலம். இதற்கான அகச்சான்றுகளை 'அறியப்படாத தமிழ்மொழி' எனும் நூலில் காண்க.

யவனர்கள் வந்து நம்முடன் வணிகம் செய்தபோது, அவர்கள் கொண்டுவந்த சில சொற்களும் இருக்கின்றன. ஆனால், அவை மிகக் குறைந்த அளவே, வணிக உறவால் மட்டுமே! சமூக அரசுச் சட்டத் திணிப்பாலோ மதப் பரவலாலோ அல்ல!

திராவிடம் என்ற சொல், அக்காலத்தில் தமிழைக் குறித்ததே! பின்பே மொத்த மொழிக்குடும்பத்தையும் குறிக்கும் சொல் ஆனது.

கிரேக்கர்களும் ரோமானியர்களும் பிற உலக நாகரிகங்களும், தமிழம் என்று ஒலிக்க வாய்வராமல் திரமிடம்/திராவிடம் என்று குறிக்கத் துவங்கின. தமிழ்= Endonym; திராவிடம்= Exonym.

உலகம் முழுதும் பல நாகரிகங்களில் இந்த Endonym/Exonym உண்டு!

சீனத்தில், Zhōnghuá (Qin)= Endonym; China= Exonym.

நம் தமிழகத்திலேயே, ஆதி கிரேக்கம் குறித்த சொல்லான Ἴωνική= Endonym, யவனம்= Exonym.

இவை வணிக/நாகரிக உறவால் விளையும் திசைச்சொற்கள். ஆனால் திணிப்பின் மூலமாகப் புகுத்தப்படும் சொற்களும் உள்ளன.

வேளாண்மை = விவசாயம் என்றும்,

மணி = நிமிஷம் என்றும்,

அரசன் = ராஜா என்றும். பலப்பல சம்ஸ்கிருதச் சொற்கள், அடுக்கடுக்காக அரசவைப் பண்டிதர்கள் மூலமாகவே அரசாவணம் ஆகிப் பொதுவெளியில் பரவின. இல்லாத சொற்களை வெளியில் இருந்து வாங்கிக்கொள்ளலாம், தவறில்லை. ஆனால் நம்மிடம் ஏற்கனவே சொற்கள் இருக்கும் போது, வேண்டு மென்றே வலிந்து திணிக்கப்படும் சொற்கள், மொழிநலம் அன்று, மொழியறமும் அன்று!

(தமிழ் ஐயன், தொல்காப்பியர்)

இப்போக்கினைக் கண்டே, தொல் காப்பியர் தமிழ்மொழியைக் காக்கப் புதிய விதிகள் வகுக்கின்றார். தொல்காப்பியத்துக்கும் முன்னான நூல்கள், முதுகுருகு/ முதுநாரை போன்றன நமக்குக் கிடைக்கவில்லை. ஆனால், தொல்காப்பியர் தனக்கு முன்னுள்ள இலக்கணத்தையும், தன் காலத்தின் சமூகம் மாறுபடும் போதான இலக்கணத்தையும் சேர்த்தே வரைகிறார்.

திரிசொல்/திசைச்சொல் எனப் பல விளக்கப் போந்தாலும், சமூகத்தில் புதிதாகத் திணிக்கப்படும் வட சொல்லுக்காகத் தனியாக நூற்பாவே இயற்றுகிறார். அன்றே வணிக உறவுள்ள யவனத்தின் கிரேக்க/ரோமானிய மொழியிடமெல்லாம் விழிப்பாக இருக்கும்படிச் சொல்லாத ஐயன் தொல்காப்பியர், வடமொழி மேல் மட்டும்

விழிப்பாக இருக்கும்படி வித்திடுகிறார். ஏனெனில் யவனம் தங்கள் சொற்களைத் திணிக்கவில்லை. நட்புறவு/வணிக உறவிலான 2-3 சொற்கள் புழங்குகிறதே ஒழிய, வடமொழி போல் அரசியல்/மதம் மூலமான திணித்துப் பரப்பல் இல்லை.

"வடசொற் கிளவி வட எழுத்து ஒரீஇ

சிதைந்தன வரினும் இயைந்தன வரையார்"

சிதைத்தாலும் பரவாயில்லை; வடமொழிக்கு இயைந்து போய் விடக் கூடாது, வட எழுத்து ஒதுக்குக என்பதெல்லாம் அத்திணிப் பால் விளைந்த விழிப்புணர்ச்சியே! பங்கஜம் என்ற வடசொல்லை எதிர்கொள்ள நேரிட்டால், பங்கயம் என்றே சிதைக்க வேண்டும் என்றெல்லாம் திணிப்பை எவ்வாறு கையாளுவது என்பதை அன்றே வகுக்கிறார் தொல்காப்பியர். பின்னாட்களில் தமிழ்க் காதல் கொண்ட வடநெறிச் சமயத்தவரான ராமானுஜர்கூடத் தன் பெயரைத் தமிழில் எழுதும்போது இராமானுசன் என்றே புழங்குவதைக் காணலாம். தொல்காப்பியம் விதைத்த வித்தே அது!

தமிழ்மொழி அயல்மொழிக் கலப்பில்லாமல் இருந்தது தொல் காப்பியர் காலத்துக்குச் சற்று முந்தைய காலம்தான். தொல்காப்பியர் காலத்தில் கொஞ்சமாக வரத் துவங்கி, வள்ளுவர் காலத்தில் இன்னும் சற்றுக் கூடுதலானது.

ஐயன் வள்ளுவனின் குறளில் மொத்தம் ஒன்பது சொற்கள் மட்டுமே வடசொற்கள். அவையாவன:

1. இந்திரன்,
2. அவி (ஹவிஸ்),
3. ஆகுலம்,
4. ஆசாரம்,
5. சலம்,
6. அந்தம்,
7. நாமம்,
8. பாவி
9. மந்திரி (பழுது எண்ணும் மந்திரி)

இவற்றைக்கூட ஒரு கண்டனக் குரலில்தான் பயன்படுத்துகிறார் ஐயன். வேற்று நெறியின் பிழைகளை, அவர்களின் சொற்களைக்

காட்டியே கண்டித்தல். குறளில் வேறு சில சொற்கள் வடமொழி போல் தோற்றமளிக்கும். ஆனால், அவை தமிழில் இருந்தே சென்றவை.

பிற்காலங்களில் பல மொழிகளும் தமிழுக்குள் வந்திருக்கின்றன. அரபி வந்திருக்கிறது, உருது வந்திருக்கிறது, பாரசீகம் வந்திருக்கிறது, போர்த்துகீசியம் வந்திருக்கிறது. ஆனால் அவையெல்லாம் <1% மட்டுமே! திணிப்பால் அல்ல; வணிக உறவுகளால் மட்டுமே! சம்ஸ்கிருதம் மட்டுமே >20% வரை வலிந்து கலந்துள்ளது.

விவசாயம் (व्यवसाय) என்பதே இன்று இயல்பான சொல்லாகி விட்டது. ஆனால் வேளாண்மை என்பதுதான் தமிழ்ச்சொல். விவசாயம் என்ற சம்ஸ்கிருதச் சொல்லுக்கு, Occupation என்றுதான் பொருளே ஒழிய, Agriculture என்ற பொருள் இல்லை. ஆனாலும், அரசவைப் பண்டிதாளின் வலிந்து வடசொல் திணித்து ஆவணம் எழுதலால், அப்படியே சமூகத்திலும் பரவிவிட்டது!

மதம் மூலமான அதிகாரம் சமூகத்தில் பரவப்பரவ, பல்லவர் காலத்தில் வேர்பிடித்து, சோழர்கள் காலத்தில் கிளைத்து, நாயக்கர்கள் காலத்தில் நன்கு பழுத்துவிட்டது. இது எந்த உச்ச அளவுக்குப் போன தென்றால், தமிழ் இலக்கணத்திலேயே கைவைத்து, ஒருபுடை உருவக அணியை, 'ஏகதேச' உருவக அணி என்று மாற்றும் அளவுக்கு! உலகில் புறமொழிகள், அகமொழியோடு உறவால் சற்றுக் கலக்கலாம்; ஆனால் மூலமொழியின் இலக்கணத்தையே மாற்றிப் போடும் அளவுக்குத் திணிப்பு, கட்டாயம் அறப் பிழையே!

இதை நம் காலத்திலாவது சரிசெய்யத் துவங்குவோம். முதற் படியாக 'வார்த்தை' (वार्ता) என்பதை விடுத்து, 'சொல்' என்றும், 'அர்த்தம்' (अर्थ) என்பதை விடுத்து, 'பொருள்' என்றும் புழங்க, எல்லோரும் உறுதிகொள்வோம். சந்தோஷ-தோஷங்கள் விலகி, மகிழ்ச்சி எய்துவோம்! நனி மிகு நன்றி.

04

தமிழில், பிற மொழிக் கலப்புக்கும், ஆங்கிலக் கலப்புக்கும் வேறுபாடு என்ன?

கேள்வி: தமிழில் பிற மொழிக் கலப்புக்கும் ஆங்கிலக் கலப்புக்கும் உள்ள வேறுபாடுகள் யாவை? (Banu M, 06 May 2020)

தமிழில் பிற மொழிக் கலப்பு வர, என்ன காரணம்? என்று முதலில் பார்ப்போம்.

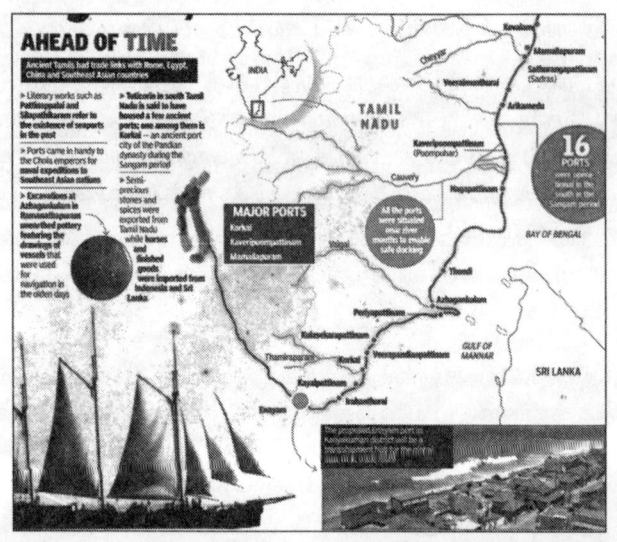

(தமிழகத் தொல் துறைமுகங்கள் – அயல் பண்பாட்டு வாயில்கள்)

சாவி என்பது போர்த்துகீசியச் சொல். பாக்கி என்பது உருதுச் சொல். சுமார் என்பது பாரசீகச் சொல். தோராயம் என்பதுதான் சுமார் என்பதற்கான தமிழ்ச்சொல். இது போல், சிலவே சில சொற்கள் இருக்கின்றன. ஆனால் இவையெல்லாம் திணிப்பின் மூலமாக வந்தவை அல்ல. நாகரிக உறவின் மூலமாகவோ, வணிகத் தொடர்பின் மூலமாகவோ, பண்பாட்டுக் கொடுக்கல்-வாங்கல் மூலம் வந்தவை.

இவ்வாறு தமிழில் பல மொழிகள் உறவாடியுள்ளன. பிராகிருதம், பாலி, உருது, ஆங்கிலம், பாரசீகம், கிரேக்கம், அரபி போன்றவை மிகச் சொற்பமாகக் கலந்திருக்கின்றன. விழுக்காடு 1%-க்கும் குறைவே. இவை ஒரு திட்டமிட்ட அதிகாரத் திணிப்பாகவோ மதம் சார்ந்த கலப்பாகவோ வரவில்லை.

ஆனால், சம்ஸ்கிருதம் மட்டுமே மதம் சார்ந்த திணிப்பாக, அரச அதிகாரத்தின் மூலமாக வலிந்து கலப்படம் நிகழ்த்தியது. 20% விழுக்காடு சொற்கள் கலப்படம் செய்யப்பட்டுள்ளன. நமது வேளாண்மை என்ற சொல்லே போய் விவசாயம் என்று இன்று ஆகிவிட்டது.

விவசாயம் என்றால், தொழில் (occupation) என்றுதான் பொருள். வேளாண்மை (Agriculture) என்ற பொருள் அல்ல. ஆனால், அரசாங்க அதிகாரிகளாக அமர்ந்து கொண்ட வைதீகர்கள் அப்படி எழுதிஎழுதியே பரப்பியதால் இன்று அப்போலியான சொல் நிலைத்துவிட்டது. இதுபோல், நம்மையும் அறியாமல், அன்றாடம் பயன்படுத்தும் சம்ஸ்கிருதச் சொற்கள் பலப்பல -வார்த்தை, அர்த்தம், உதாரணம் (சொல், பொருள், சான்று).

ஆனால், ஆங்கிலம் அப்படியல்ல! தொழில்நுட்பம் காரணமாகவே, நிறைய ஆங்கிலச் சொற்கள் இன்று தமிழில் பயன்படுத்தப்படுகின்றன. கம்ப்யூட்டர் என்ற சொல் அதிகமாகப் புழக்கத்தில் உள்ளது. ஆனாலும் இப்போது கணினி என்ற சொல்லும் அதிகமாகப் புழக்கத்தில் வந்து விட்டது. ஈமெயில்/email என்று பயன்படுத்தப்பட்டாலும் மின்னஞ்சல் என்பதும் இப்போது பரவலாகப் பயன்படுத்தப்படுகிறது. அது போல் ட்விட்/Tweet என்று யாரும் எழுதுவதில்லை, கீச்சு என்றுதான் பலரும் எழுதுகிறார்கள்.

இது திட்டமிடப்பட்ட மொழிக் கலப்படம் கிடையாது. அறிவியல் வளர்ச்சியினால் வரும் ஒரு படிமலர்ச்சிதான். சம்ஸ்கிருத திணிப்பு போலவோ, இந்தி திணிப்பு போலவோ, அரசு அதிகாரம் மூலமாக

வலிந்து திணிக்கப்படுவது கிடையாது. மக்களின் பயன்பாட்டிற்காகச் சமூகத்தில் தானே கலக்கும் சொற்கள் இவை.

இச்சொற்களுக்கு எளிய மாற்றுச்சொற்களும் நாம்தான் உருவாக்கிக் கொள்ள வேண்டும், நல்ல/எளிய தமிழாக்கங்கள் மூலமாக! இன்று டிவி (TV) என்பதற்குப் பதிலாகத் தொலைக்காட்சி என்று அதிகமாகப் பயன்படுத்துகிறோம். "இந்தியத் தொலைக்காட்சிகளில் முதன் முறையாக" என்றுதான் சொல்கிறார்கள்; "இந்திய டிவிக்களில்" என்று யாரும் சொல்வதில்லை.

தமிழ்மொழியில், பிற மொழிக் கலப்புக்கும், சம்ஸ்கிருதக் கலப்புக்கும் உள்ள வேறுபாடு இதுதான்.

ஆங்கிலத்தைவிடச் சம்ஸ்கிருதச் சொற்கள்தான், தமிழுக்குத் தீங்கானவை. ஆங்கிலமாச்சும் 'பிகர்' என்று எழுதினால், அது Figure என்று யாரும் அறிந்துகொள்ளலாம். ஆனால் வார்த்தை/அர்த்தம் இவையெல்லாம் பிரித்தறிய முடியாதபடி, இந்தச் சம்ஸ்கிருதச் சொற்களே தமிழ்போல் தோற்றம் காட்டி, ஓர் ஒட்டுண்ணி (Parasite) போல் உறிஞ்சிவிடும்.

ஆங்கிலக் கலப்பு, சம்ஸ்கிருதக் கலப்பு போல் பெருந்தீங்கு இல்லாவிடினும், அதுவும் கலப்புதான்! அதை விலக்க ஒரு சின்ன உத்தியைச் சொல்கிறேன். உங்களின் அன்றாடப் பயன்பாட்டில், தொழில்நுட்பத்தால் விளைந்துவிட்ட ஆங்கிலச் சொல்லுக்கு மாற்றான தமிழ்ச் சொல், உங்களுக்கு உடனே தோன்றாவிட்டால், அச் சொல்லை ஆங்கிலத்திலேயே எழுதிவிடுங்கள். எடுத்துக்காட்டாக: "தக்காளித் தொக்கை மிக்சியில் அரைத்தேன்" என்று எழுதாது, "தக்காளித் தொக்கை Mixie-இல் அரைத்தேன்" என்று எழுதிவிடுவது நலம். ஆங்கிலம் ஆங்கிலமாகவே இருக்கும்; தமிழோடு கலக்காது.

ஆனால் தமிழ் போலவே பொய்த்தோற்றம் காட்டும் சம்ஸ்கிருதமான வார்த்தை/அர்த்தம் விலக்கி, சொல்/பொருள் என்று பழகுவதே, தமிழ்நலம்!

இதோ, இந்த வடமொழி விலக்கு அகராதியைப் (tamilchol.com) பயன்படுத்திக் கொள்க.

"தமிழ்மொழிமீதும் தமிழ் இலக்கணத்தின் மீதும் திணிக்கப்பட்ட மொழி அரசியல் யாது?" என்ற கேள்வியில், விரிவான விடைகொடுத்துள்ளேன். அதையும் காண்க.

05

ஒரு சொல், தமிழா (அ) வேற்று மொழியா? என்று அறிய எளிய வழி என்ன?

கேள்வி: ஒரு சொல் உண்மையிலேயே தமிழ்தானா அல்லது வேற்று மொழியில் இருந்து இறக்குமதி செய்யப்பட்டதா என்று அறிய எளிய வழி என்ன? *(பலராமன் இலட்சுமணன், 05-May-2020)*

1. அயற்சொல் அறிய, சில எளிய வழிகள் உள்ளன. தமிழ்மொழி இயல்பற்ற ஒலிப்புகள் ஒரு சொல்லில் வந்தால், அச்சொல் வேற்று மொழிச் சொல் (சம்ஸ்கிருதச் சொல்).

   சான்றாக: ஜ/ ஷ/ ஸ/ ஹ / க்ஷ/ ஸ்ரீ – இந்த எழுத்துகள் வந்தாலே, அவை தமிழ் அல்ல என்று துணிந்து சொல்லி விடலாம். கஷ்டம், சந்தோஷம், பங்கஜம், லக்ஷ்மி, சரஸ்வதி, என்றெல்லாம் எழுதினால் அது வேற்று மொழி என்று உடனே அறியலாம். ஏனெனில் அதில் 'ஜ ஷ ஸ ஹ' எனும் கிரந்த எழுத்துள்ளது.

2. எந்தவொரு தமிழ்ச் சொல்லும், இந்த 8 எழுத்துகளில் துவங்காது – டண, றன, ரல, ழள! இவை ஒரு சொல்லின் துவக்கத்தில் வந்தாலே, அது தமிழ்ச் சொல் அல்ல என்று தெளிவாகச் சொல்லிவிடலாம்.

   சான்றாக: டமாரம் 'ட'-வில் தொடங்குகிறது, அதன் தமிழ்ச் சொல் உடுக்கை; லட்டு 'ல'-வில் தொடங்குகிறது. லட்டு என்றால் உருண்டை என்றுதான் பொருள், மூலமொழியான சம்ஸ்கிருதத்தில். இனிப்பு மிகுந்த மஞ்சள் லட்டு மட்டும் அல்ல, எது உருண்டையாகச் செய்தாலும், அது லட்டுதான். எனவே, எள்ளுருண்டை என்பது போல, மாவுருண்டை, பூந்தியுருண்டை என்றே சொல்லிவிடலாம்.

போலவே, ரவி என்பது, 'ர'-வில் தொடங்குகிறது; சூரியன் என்று பொருள், வடமொழியில். ஒருவரின் பெயராக இருப்பின், இரவி என்றுதான் தமிழில் எழுத வேண்டும். மனிதர்களின் பெயரல்லாத பிற பயன்பாடுகளில், சூரியன்/ ஞாயிறு/ கதிரவன்/ பகலவன் என்றெல்லாம் எழுதி விடலாம்.

3. அடுத்து, நுட்பமான வழி: வேர்ச்சொல் அறிதல். ஒரு சொல்லின் வேர் என்ன என்று பார்த்து, அதைக் கொண்டு அது தமிழா? வடமொழியா? என்று கண்டறிய முடியும்.

சான்றாக: அமிழ்தம்/அம்ருதம். இவை இரண்டும் ஒன்றே போல் ஒலிப்பினும், வெவ்வேறு மொழி, வெவ்வேறு வேர்ச் சொற்கள்!

அமிழ்தம் என்பதற்குச் சுவை/இனிமை என்று பொருள். அமிழ் என்பதே வேர்ச்சொல். ஆழ அமிழ்வதால் (concentrated) கிட்டும் இனிமை. (அமிழ்து அமிழ்து என விரைவாகத் திரும்பத்திரும்பச் சொல்லும் போது, தமிழ் தமிழ் என்று ஒலிக்கும். அதான் மொழியின் பேரும், தமிழ் என வழங்கலாயிற்று. இனிமையும் நீர்மையும் தமிழெனல் ஆகும் என்பது நிகண்டு).

அம்ருதம் என்ற சம்ஸ்கிருதச் சொல்லுக்கு, வேறு வேர்ச்சொல்= அ + ம்ருத்யு = சாகாமை. தேவர்கள் சாகாவரம் வேண்டிப் பாற்கடலைக் கடைந்து அம்ருதம் எடுப்பதாகப் புராணக் கதை; இதுபோல் வேர்ச் சொல் வேறுபாடு கொண்டும், தமிழ்/அயல்மொழி வேறுபாடு அறியலாம்.

4. இவை மூன்றும் இல்லாமல், பொருள் இலக்கணம் என்று ஒன்றும் இருக்கிறது. "எல்லாச் சொல்லும் பொருள் குறித் தனவே" – தொல்காப்பியம். ஒரு சொல்லை நாம் உருவாக்கிக் கொண்டாலும், ஒரு பொருளின் காரணமாகத்தான் அந்தச் சொல் உருவாகிறது.

ஒரு குழந்தை தன் மழலை மொழியில் சிறுகச்சிறுகப் பேசி ஒரு மொழியை அறிகிறது. அக்குழந்தை தனக்கு ஓர் ஆப்பிள் வேண்டும் என்றால், தன் மழலைமொழியில் "அம்மா, எனக்கு ஆப்பு வேண்டும்" என்று கேட்கிறது. உடனே அக்குழந்தைக்கு ஆப்படித்து நாம் தண்டிப்பதில்லை, மாறாக ஆப்பிள் தருகின்றோம். சொல்லைவிடப் பொருளை உணர்ந்துகொள்கிறோம். அதனால், பொருளுக்காகத்தான் சொல். சொல்லுக்காகப் பொருள் கிடையாது.

பொருள் என்றால் சொல்லின் Meaning மட்டுமல்லாது, திணை, துறை, இவை சார்ந்த முதற்பொருள், கருப்பொருள், உரிப்பொருட் களும் அடங்கும். மாய மந்திரங்கள் இல்லாமல், இயற்கை சார்ந்த வாழ்வியற் பொருளாக வந்தாலே அவை தமிழ்ச் சொற்கள் என்று அறியலாம். புராணப் பொருளில் வந்தால், அவை தமிழ் அல்ல என்றும் அறியலாம்.

நடுகல், மலர்மாலை, மாவிலை தோரணம், குத்துவிளக்கு, கோபுரம் இவையெல்லாம் தமிழ் சார்ந்த தொன்மவியல் கலை/மங்கல அடை யாளங்கள். மதங்கள் அவற்றைப் பயன்படுத்திக்கொண்டன, அவ் வளவே. இன்றும் வடார்க்காடு மாவட்டத்தில் உள்ள பல சமணக் கோயில்களில் கோபுரங்கள் உள்ளன. உற்று நோக்கினால், அக் கோபுரங்களில் சமணச் சிற்பங்களைக் காணலாம். கோபுரம் என்றாலே ஹிந்து என்று கொண்டுவிடக் கூடாது. கோபுரம், தமிழ்க் கட்டடக் கலை.

கோ+புரம் என்பதே தமிழ்ச் சொல்தான். புரம் என்பது காவல் மிகுந்த இடம். கோ என்பது அரசனைக் குறிக்கும் சொல். கோபுரம் என்பது, மன்னனின் காவல் மிகு அரண்மனை இடம். அதே கட்டு மானக் கலையை மதங்கள் பயன்படுத்திக்கொண்டன, அவ்வளவே; சமணக் கோபுரங்கள், வெளியிலிருந்து பார்க்கும் போது ஹிந்துக் கோயில்கள் போன்ற தோற்றமளிக்கும். ஏனெனில் நம் மனத்தில் கோபுரம் என்றாலே, ஹிந்துக்கோயில் என்று பதிந்துவிட்டது. ஆனால், திருவண்ணாமலைக்கு அருகே திருமலை நேமிநாதர் கோயில் கோபுரங் கள் உள்ளன. அங்கு, தீர்த்தங்கரர்/சமணத் துறவிச் சிற்பங்கள் உள்ளன.

இவையெல்லாம் தமிழ்க் கலை. மன்னன் சார்ந்தவை. மன்னன் தான் இறைவன். இறை (வரி) விதிப்பவன் இறைவன் ஆகின்றான். இது போல், பொருள் சார்ந்து கவனித்தோம் என்றால், எது தமிழ்? எது பிற மொழி? என்பது புரியும். மாய மந்திர 6 கண் 12 கைகள் இவையெல்லாம் சம்ஸ்கிருதம் என்று அறியலாம். இயற்கை சார்ந்த ஆதிகுடி நடுகல் முருகன் தொன்மங்கள் இவையெல்லாம் தமிழ் என்று அறியலாம்.

1. வேர்ச்சொல் அறிவது,
2. கிரந்தம் (ஜஸஷஹக்ஷஶ்ரீ) இல்லாதது,
3. எட்டு எழுத்துகளில் (டணறனரலழள) துவங்காதது
4. இயற்கையை விட்டு விலகிப் போகாமல் நிற்பது,

இந்த நான்கும் இருந்தாலே தமிழ்/ இல்லாவிடின் தமிழல்ல என்று உறுதியாகச் சொல்லிவிடலாம்!

❦ தமிழா? சம்ஸ்கிருதமா? ❦

06

'இலக்கணம்' என்ற சொல்லே, சம்ஸ்கிருதத்தில் இருந்துதான் வந்ததா?

கேள்வி: 'இலக்கணம்' என்ற சொல்லே சம்ஸ்கிருதத்தில் இருந்து தான் வந்தது என்று சிலர் கூறுவதைப் பற்றி உங்கள் கருத்து என்ன? (பலராமன் இலட்சுமணன், 06 -May -2020)

இலக்கணம் என்பது தமிழ்ச் சொல்தான்.

வியாகரணம்/व्याकरण என்பதுதான் சம்ஸ்கிருதச் சொல்.

Grammar என்ற பொருளில், வியாகரணம் என்ற சொல் மட்டுமே சம்ஸ்கிருத பாஷையில் பரவல்.

சப்த வித்யா/शब्दविद्या என்றும், காத்யாயனம்/कात्यायन என்றும் சில இடங்களில் அழைக்கப்பெறும். ஆனால் லக்ஷணம் என்று எங்கும், Grammar-ஐ, சம்ஸ்கிருத நூல்களே விளித்தது கிடையாது!

லக்ஷணம் என்ற சம்ஸ்கிருதச் சொல்தான், கிரந்தம் நீக்கி லக்கணம் ஆகி, இலக்கணம் ஆயிற்று என்று சிலர் முட்டாள்தனமாகக் கூறுவர்.

லக்ஷ்மி என்பது, தமிழில் இலக்குமி ஆவதில்லையா? அது போல லக்ஷணம் என்பதே இலக்கணம் ஆகியது என்று, ஓர் ஆய்வும் இன்றி, சம்ஸ்கிருத பாஷையும் அறியாமல், தாங்களாகவே சொல்லிக்கொள் கிறார்கள். ஊர்ப்புறத்திலே ஒரு பழமொழி சொல்லுவார்கள்: குதிரைக் குக் குர்ரம் என்றால் யானைக்கு யர்ரமா? அது போல் உள்ளது, இவர்களின் பிரஸ்தாபம்.

ஒருவரைக் கூறும பன்மைக் கிளவியும்
ஒன்றனைக் கூறும் பன்மைக் கிளவியும்
வழக்கி னாகிய உயர்சொல் கிளவி

"இலக்கண" மருங்கில் சொல்லாறு அல்ல!

(தொல்காப்பியம், சொல்லதிகாரம்; கிளவியாக்கம்: 510)

தொல்காப்பியர் நிறைய இடங்களில் இலக்கணம் என்னும் நேரடித் தமிழ்ச் சொல்லைப் பயன்படுத்துகிறார். இன்று கிடைக்கும் நூல்களில், தொல்காப்பியம்தான் ஆதிநூல். அதை விடவும் ஒரு சான்று வேண்டுமா? தொல்+காப்பு+இயம் = தொல்காப்பியம்!

தமிழ்க் காப்பியம் வேறு; சம்ஸ்கிருதக் காவ்யா/ काव्य வேறு.

தமிழ் அமிழ்தம் வேறு; சம்ஸ்கிருத அம்ருதம்/ अमृत வேறு.

இரண்டும் ஒன்று போலவே ஒலிப்பதாலேயே, ஒன்றாகி விடாது. இரண்டும் வெவ்வேறு வேர்ச்சொற்கள்.

- *தமிழில் அமிழ்தம் = இனிமை என்று பொருள்; அமிழ்த்து வதால் ஊறிக் கிடைப்பது இனிமை.*
- *சம்ஸ்கிருதத்தில், அம்ருதம் = சாகாமை என்று பொருள்; அ+மிருத்யு, சாவு இல்லாமை.*

தேவாசுர யுத்தத்தில், மரணம் இல்லாமல் வாழ வேண்டிப் பாற்கடல் கடைந்த போது, கிடைத்த கதைதானே அ+ம்ருதம்! இப்படி, வேர்ச் சொற்களே வேறாக இருக்கும் போது, ஒன்று போல் ஒலிப்பதாலேயே, இருமொழியும் அறியாமல், அதான்பா இது என்று பிதற்றுவது பேதைமை!

- *இலக்கு+இயம் = இலக்கியம்*
- *இலக்கு+அணம் = இலக்கணம்*

இலக்கை எடுத்து இயம்புவது இலக்கியம். இலக்கை அடைய வழிவகுத்துக் கொடுப்பது இலக்கணம்.

இலக்கு என்பது ஒரு கொள்கைக் குறிக்கோளை குறிப்பது. ஒரு காப்பியத்தை எடுத்துக்கொண்டோமானால், அதில் என்னவெல்லாம் சொல்லப்போகின்றோம் என்பதைக் குறித்துக் கொள்வோம். சான்றாகச் சிலப்பதிகாரத்தை எடுத்துக்கொண்டோமானால்,

- *அரசியல் பிழைத்தோர்க்கு அறம் கூற்றாகும்*
- *ஊழ்வினை உருத்து வந்து ஊட்டும்*
- *அறவீறு உள்ள பெண்களை (உரைசால் பத்தினி) உலகம் போற்றும்.*

இவைதான் குறிக்கோள்கள், இலக்கு இயம்பலான இலக்கு+இயம்=இலக்கியத்துக்கு.

இந்த இலக்கை எவ்வாறு அடைவது என்று, செவ்வனே வழிகாட்டுவது இலக்கு+அணம்=இலக்கணம்.

ஒரு கதை எவ்வாறு சொல்லப்பட வேண்டும்? அதன் முதற் பொருள், கருப்பொருள், உரிப்பொருள் என்ன? யார் ஆண்பால்/ பெண்பால் பாத்திரங்கள்? எந்தத் திணையில், எந்தக் காட்சி?

எங்கெங்கெல்லாம் பண்ணோடு பாடல் பயிலலாம்? எங்கெங்கெல்லாம் பண் இல்லாமல் உரைப்பாடல்? உரைநடையாக வருகிறதா? பாடலாக வருகிறதா? அல்லது உரையிடையிட்ட பாட்டுடைச் செய்யுளாக வருகிறதா?... இவ்வளவையும் எடுத்துச் சொல்ல வழியாக அமைவது இலக்கு+அணம்=இலக்கணம்.

அதனால், "இலக்கணம் தமிழ் கிடையாது, இலக்கணம் சம்ஸ்கிருதம்தான்" என்று கூறுவது ஒரு இழிவான மனநிலை. இவ்வளவு பெரிய ஒரு செம்மொழிக்கு, அதன் இலக்கணம் என்ற சொல்லே சம்ஸ்கிருதம் போட்ட பிச்சை என்பது மிகவும் இழி மனநிலையே. இதைத் தமிழ் ஒருபோதும் செய்யாது! சம்ஸ்கிருத மொழியும் தெரியாமல், சம்ஸ்கிருத வியாகரணமும் தெரியாமல், தமிழ்மொழியும் தெரியாமல், தமிழ் இலக்கணமும் தெரியாமல், பொய் பரப்ப வேண்டாமே?

வேதங்கள் 4 போல், வேதாங்கம் 6 என்பது சம்ஸ்கிருத மரபு; அதில் Grammar என்பதைக் குறிக்கும் சொல்லும் வியாகரணம்தான்; லக்ஷணம் அல்ல!

1. சிக்ஷை -Phonetics
2. சந்தஸ் -Meter
3. வியாகரணம் -Grammar
4. நிருக்தம் -Etymology
5. ஜ்யோதிஷம் -Astrology
6. கல்பம் – Ritual

இப்படிச் சம்ஸ்கிருத வேத வேதாங்களிலேயே, இலக்கணம் என்று இல்லாத போழ்து, அரும் பெரும் தமிழ் இலக்கணத்தை, சம்ஸ்கிருத லக்ஷணம் என்னல் பெருங்கயமை. அக்கயமை விடுக்க!

(சம்ஸ்கிருத வியாகரணம் x தமிழ் இலக்கணம்)

சம்ஸ்கிருத வியாகரணம் (அஷ்ட த்யாயி) எழுதிய அறிஞர் பாணினியே ஒரிடத்தில், "ப்ரத்யய லோபே ப்ரத்யய லக்ஷணம்" என்கிறார்.

இதில் ப்ரத்யயம் என்றால் முன்னொட்டு/பின்னொட்டு என்று பொருள். அதாவது ஒரு சொல்லில் முன்னொட்டு/பின்னொட்டை நீக்கினாலும், அதன் இயல்பு (லக்ஷணம்) மாறாது என்கிறார்.

இங்கே லக்ஷணம் என்பது, இயல்பு என்ற பொருளில் தானே வருகிறது? இலக்கணம் (Grammar) என்ற பொருளில் வரவில்லை அல்லவா!

இப்படி ஆனானப்பட்ட சம்ஸ்கிருத மஹாவித்வான் பாணினியே சொல்லாத ஒன்றை, இவர்கள் தாமாகச் சொல்வதுதான் 'விஸ்வாமித்ர சிருஷ்டி!' இது முற்றிலும் பேதைமை (அ) பொய்!

இலக்கணம் என்பது முழுக்கமுழுக்கத் தமிழ்ச் சொல்லே!

அதற்கான ஆதாரம் தமிழிலும் நிறைய இருக்கிறது. சம்ஸ்கிருதத் திலும் நிறைய இருக்கிறது. இருமொழியும் அறிந்த பின், பேசுதல் நலம்!

07

எதுகை, மோனை தமிழ்ச் சொத்தா (அ) பிற மொழிகளிலும் உண்டா?

கேள்வி: எதுகை, மோனை தமிழுக்கு மட்டும் உரித்தானதா அல்லது பிற மொழிகளிலும் உண்டா? (சரவணன் மாணிக்கவாசகம், 05-May-2020)

எதுகை மோனை தமிழுக்கு மட்டுமே உரித்தானதுதான்.

ஆங்கிலத்தில்/ பிற மேலை மொழிகளில், *ending rhyme* எனச் சொல்லப்படும் இயைபுதான் வரும்.

"Jack and Jill
Went up a hill"

இதில் Jill, Hill என வருவது இயைபு. இது தமிழிலும் இருக்கிறது. இயைந்துஇயைந்து வருவது இயைபு. கடைசிச் சொல்லின் கடைசி எழுத்து இயைந்து வந்து விளையும் ஒலிநயச் சந்தம்.

சித்திரை, முத்திரை, அத்திரை, இத்திரை – இது இயைபு. இது பல உலக இலக்கியங்களில் உள்ளது. இந்தியத் துணைக்கண்டத்தின் சம்ஸ்கிருதத்திலும் உள்ளது. மோதகம், ஸாதகம், பாதகம், ஜாதகம் – இயைபு.

ஆனால் தமிழுக்கு மட்டும்தான் எதுகை மோனைச் சிறப்பு!

Prof. A.L. Basham என்ற உலகத் தமிழறிஞர், தன் நூலான 'Wonder that was India'-வில் பின்வருமாறு தமிழுக்கே உரிய எதுகை/மோனை பற்றிக் குறிப்பிடுகிறார்:

"Very early Tamils developed a passion for classification. A unique feature of Tamil poetry is the initial rhyme or Assonance. The first syllable of each couplet must rhyme. This initial assonance in some poems continued through four or more lines, is never to be found in the poetry of Sanskrit language, or as far as we know, in that of any other language. Its effect, a little strange at first, rapidly becomes pleasant to the reader, and to the Tamil it is as enjoyable as the ending rhyme of Western Poetry".

முதலெழுத்து ஒன்றி வந்தால் மோனை. இரண்டாம் எழுத்து ஒன்றி வந்தால் எதுகை.

- பானை, பாடல், பாவை, பாலம் என்று வந்தால் மோனை.
- பாட்டு, ஓட்டு, நாட்டு, ஈட்டு என்று வந்தால் எதுகை.

இது தமிழுக்கு மட்டும் உரித்தானது. தமிழ் இலக்கிய யாப்பில், பெரும் பங்கு வகிக்கும் இந்த ஒலிநயம்.

ஆனால், சம்ஸ்கிருத ஆதிக்கம் பெருகிய பின், 13ஆம் நூற்றாண்டில் வாழ்ந்த வேதாந்த தேசிகர் என்ற வைணவச் சான்றோர், "ஆழ்வார்களின் ஈரத்தமிழில் இருக்கும் தெளிவும் வளமும், சம்ஸ்கிருத வேதங்களில் இல்லையே" என்று நவில்கிறார். "செய்ய தமிழ் மாலைகள் யாம் தெளிய ஓதி, தெளியாத மறை நிலங்கள் தெளிகின்றோமே" என்று பாடுகிறார். இந்த வேதாந்த தேசிகர்தான், தமிழில் இருக்கும் எதுகை மோனையை, முதன்முதலாகச் சம்ஸ்கிருத நூல்களில் அறிமுகம் செய்தது.

'த்விதி அக்ஷரப் ப்ராஸம்' என்று அதனை அறிமுகம் செய்கிறார். த்விதி என்றால் இரண்டு; அக்ஷரம் என்றால் எழுத்து. இரண்டாம் எழுத்து ஒன்றி வரும் எதுகை, இப்படித்தான் சம்ஸ்கிருத மொழிக்கு, தமிழில் இருந்து சென்றது.

இதுபோல், தமிழிலிருந்து சம்ஸ்கிருதம் சென்றவை பலப்பல. ஆனால், வெளியில் யாரும் சொல்வதில்லை. அங்கு இருந்துதான், பலவும் இங்கு வந்ததாக, மாயத்தோற்றம் காட்டப்படுகிறது. அதான், மத வழியாக நடத்தப்படும் மொழி அரசியல்.

08

வேள்வி என்பது தமிழர் மரபா? திருக்குறளில் வேள்வி வருகிறதா?

கேள்வி: வேள்வி என்பது தமிழர் மரபா? திருக்குறளில் 259-வது குறளில் வேள்வி என்று வரும் குறிப்புகள் பற்றி விளக்கவும். (Sriram, 07-May-2020)

"அவி சொரிந்து ஆயிரம் வேட்டலின் – ஒன்றன்
உயிர் செகுத்து உண்ணாமை நன்று."

என்பதுதான் நீங்கள் வினவும் குறள் அல்லவா! நல்லது, விளக்கம் காண்போம்.

"வேள்வி" என்பது தமிழ்ச் சொல்தான். "வேள்" என்பதற்கு விழைவு, விருப்பம் என்று பொருள். எது ஒன்றை விரும்பிச் செய் கிறோமோ, அதுதான் வேள்வி.

சான்றாக, வேளாண்மை (வேள் + ஆண்மை). வேளாண்மை என்பது விரும்பிச் செய்யக்கூடிய தொழில். ஏனெனில் வேளாண்மை என்பதில் எவ்வளவோ கடினங்கள் உள்ளன. மற்ற தொழில்களைப் போன்றது இல்லை, ஆதாயமும் குறைவுதான். ஆனாலும் அதை மக்கள் விடாது விரும்பிச் செய்வதால் அது வேளாண்மை எனப் பெயர் பெற்றது. வேளாளர் (உழவர்) என்ற பெயரும் வந்தது. அன்று வேளாளர் என்பது சாதி கிடையாது. இன்று மாறிவிட்டது. வேளாண்மை செய் பவரே வேளாளர்.

"வேட்டல்" என்ற சொல்லும் இதிலிருந்து வந்ததுதான். "முருகன் அருள் வேட்டல்" என்ற திரு.வி.க. நூலைக் காணவும். முருகன் அருளை விழைவது என்று பொருள்.

பழங்காலத்தில் அரசர்கள் போருக்குச் செல்வதற்கு முன்பு, தான் போரில் வெற்றி பெற வேண்டும் என்பதை விழைந்து (வேட்டல்), போருக்குத் தன்னுடன் வராது, ஆனால் போர் உதவி செய்யும் மக்களுக்குச் (படைக்கலன் வடித்துக் கொடுப்போர்கள், இன்ன பிற ஆன்றோர்) சில மங்கலப் பரிசுகளைத் தருவார்கள். படைக்கலன் செய்து தருபவரின் ஆயுதத்தை எடுத்துக்கொண்டு, தாங்கள் போருக்குச் செல்வதால், ஒரு நன்றிக்காக, அவர்களுக்குப் பரிசு கொடுக்கப் படும். அதுதான் வேள்வி. விழைவதைக் கொடுப்பதே வேள்வி! "கபிலை கண்ணிய வேள்வி நிலையும்" என்பது தொல்காப்பியம், பாடாண் திணை இலக்கணம். "பண்ணி தைஇய பயம் கெழு வேள்வியின்" என்று அகநானூறும் வேள்வியைக் காட்டும்.

பிற்காலத்தில், தமிழ் நிலத்தில் பிற மதங்கள் வந்துசேர்ந்து, புது நெறிகள் உருவாயின. வடக்கே இருந்து வந்த மதங்களாவன, வைதீகம், சமணம், பௌத்தம், இன்னபிற. தமிழரின் மதம் என்று ஒரு தனி மைய அதிகாரம் எதுவும் கிடையாது. அந்தந்த மக்கள் அந்தந்த ஊரிலுள்ள மாயோன், சேயோன், கொற்றவை, மூதாதையர், நடுகல் வழிபாடு மட்டுமே கொண்டிருந்தனர். வைதீக (வேத) மதம், இன்று இந்து மதம் என்று அழைக்கப்படுகிறது. ஆனால் அன்று, அது பிராமண மதம் அல்லது வைதீக மதம் என்றுதான் சொல்லப்பட்டது (தரவு: மணிமேகலை – சமயக் கணக்கர் தம் திறம் கேட்ட காதை). இது போன்ற புது மதங்கள், அரச ஆதரவு பெற்றதால் சமூகத்தில் பரவும் போது, அவற்றின் சடங்குகளும் தமிழ்நாட்டில் பரவப்பரவ, வைதீகர்கள் செய்த கர்ம மீமாம்சை யாகங்களும் (யக்ஞம்) பரவத் தொடங்கின.

புத்திரகாமேஷ்டி (पुत्र +काम + इष्टि / புத்ர+காம+இஷ்டி) யாகம் என்பது குழந்தை பிறப்பதற்காக நம்பிச் செய்யப்படும் ஒரு யாகம். போலவே அசுவமேத யாகம், ராஜசூய யாகம், வியாயவ்ய யாகம், சோம யாகம் என்று பல யாகங்களை, வெவ்வேறு விருப்பத்திற்காகச் செய்யத் தலைப்பட்டார்கள். ஒரு விருப்பத்தை வேண்டிச் செய்யப் படுவதால், யாகம் என்ற வடமொழிச் சொல்லுக்கு, வேள்வி என்ற பழைய தமிழ்ப் பெயரும் அப்படியே ஒட்டிக்கொண்டது. ஆனால் வேள்வி வேறு, யாகம் வேறு.

கடைச் சங்க கால நூலான திருமுருகாற்றுப்படை காலத்திலேயே வடக்கிலிருந்து வந்த மதங்களின் கலப்பு தொடங்கிவிட்டது. அதனால் வடக்கிலிருந்து வந்த சொற்களும் தமிழில் பரவத் தொடங்கின. சமூகத்தில் வடசொற்கள் கலக்கக்கலக்க, அவை இலக்கியத்திலும் வர ஆரம்பித்துவிட்டன.

ஒரு யாகம் செய்யும் போது ஒரு தூண் கட்டப்படும். அத்தூணில் தான் யாகத்தில் போடப்படும் பசு மாடுகள், பிற விலங்குகள் கட்டி வைக்கப்படும். அதற்கு 'யூப ஸ்தம்பம்' (यूप स्तम्भ) என்று பெயர் சம்ஸ்கிருதத்தில். வால்மீகி ராமாயணத்திலேயே புத்திரகாமேஷ்டி யாகத்தில் எவ்வளவு குதிரைகள், பசுக்கள், நீர்வாழ் விலங்குகள் பலியிடப்பட்டன என்று சுலோகங்கள் உள்ளன. (தரவு: வால்மீகி ராமாயணம், பால காண்டம், சர்க்கம் 14, சுலோகம் 31 -शामित्रे तु हयस्तत्र तथा जलचराश्च ये, ऋषिभिः सर्वमेवैतन्नियुक्तं शास्त्रतस्तदा । ஷாமித்ரேது ஹயஸ்தத்ர ததா ஜலசாரஸ்ய யே, ரிஷிபி சர்வம் ஏவைத நியுக் தம் சாஸ்திர தஸ்ததா). அக்காலத்தில் வைதீகர்களும் புலால் பயன் படுத்தியவர்களாகவே/ உண்டவர்களாகவே இருந்துள்ளனர்.

இதை, மறைந்த காஞ்சி சங்கராச்சாரியார் சந்திரசேகரேந்திர சரஸ்வதி ஸ்வாமிகளும், தன் தெய்வத்தின் குரல் நூலிலே உறுதிப் படுத்துவார். (ஜீவஹிம்ஸை செய்யலாமா? தெய்வத்தின் குரல் – 2ஆம் பகுதி)

(யசோதர காவியம் – வேத வேள்விக் கொலை)

ஆனால், இந்த யாகங்களையும் அதன் உயிர்க் கொலைகளையும் எதிர்ப்பதற்கும் பல இயக்கங்கள் நடந்தன. குறிப்பாகச் சமண, பௌத்த, ஆசீவக மதங்கள், இந்த வைதீக யாகங்களை எதிர்த்தன. பரப்புரையும் செய்தன.

ஐம்பெருங் காப்பியங்கள், ஐஞ்சிறு காப்பியங்கள் போன்ற நூல் களில் இந்த இயக்கங்கள் பேசப்படுகின்றன. குறிப்பாக யசோதர காவியம் என்னும் ஐஞ்சிறு காப்பியத்திலே, சமணர்கள் வைதீகத்தை மிகவும் எதிர்க்கின்றனர். கொல்லாமையைப் போதிக்கின்றனர். புலால் உண்பது அவரவர் விருப்பம், ஆனால் அதைக் கடவுளின் பெயரைச் சொல்லி மொத்தமாகக் குவித்து யாகத்தில் போட்டுச் சிலர் மட்டுமே சாப்பிடக் கூடாது என்றெல்லாம் குரல்கள் எழும்புகின்றன.

அது மக்களிடம் பெருகும் ஆதரவினால், சாத்திரச் சடங்குக்காக, உயிர்ப் பலிக்குப் பதிலாக மாவினால் செய்யப்பட்ட பசு/விலங்கு உருவங்களைச் செய்து யாகத் தீயில் இடலாம் என்ற சமரசத்துக்கு வந்தார்கள் வைதீகர்கள். ஆனாலும் யசோதர காவியம், மாவினால் செய்யப்பட்ட உருவங்களைக்கூடத் தீயிலிட்டு யாகம் செய்யக் கூடாது என்று வன்மையாகக் கண்டிக்கிறது. அது போன்ற ஒரு சூழலே இந்தக் குறளிலும் ஒலிக்கிறது!

திருக்குறளில் மொத்தம் ஒன்பது வடமொழிச் சொற்களே உள்ளன. மற்ற சில சொற்கள், தமிழில் இருந்து வடமொழிக்குச் சென்ற சொற்கள்தான். ஆனால் நேரடி வடமொழிச் சொல் ஹவிஸ் (हविस्). அதை, அவி என்று கிரந்தம் நீக்கித் தமிழில் ஆள்கிறார் ஐயன் வள்ளு வன். அதையும் ஒரு கண்டனத்திற்காகவே எடுத்தாள்கிறார். அவர் களின் வழக்கத்தை வைத்துத்தானே அவர்களைக் கண்டிக்க முடியும்? அதனால் அவர்களின் சொல்லையே நேரடியாக ஆள்கிறார் குறளில்.

"ஆயிரம் வேண்டுதல்களை வைத்து, உயிர்களைத் தீயிலிட்டு (ஹவிஸ்/ அவி) வதைப்பதைவிட, ஓர் உயிரைக் கொன்று உண்ணாமல் இருப்பதே மேல்!" என்பதே இந்தக் குறளின் விளக்கம். வேத வேள்வி யைக் கண்டனம் செய்யவே எழுந்த குறள் இது! வேள்வி என்பது பழந் தமிழ்ச் சொல்தான். ஆனால் வேட்டல் என்ற பழஞ்சொல் குறித்த வேள்வி வேறு. யாக யக்ஞ ஹோமங்கள் வந்த பின், வேள்வியின் பொருளே மாறிப் போனது. தமிழின் வேள்வி, வைதீகச் சாயல் பெற்றுவிட்டது!

09

தமிழ்க் கடவுள் முருகன்மீது புனையப்பட்ட சம்ஸ்கிருதக் கதைகள் யாவை?

கேள்வி: தமிழ்க் கடவுள் என அழைக்கப்படும் முருகன்மீது புனையப்பட்ட கதைகள் யாவை? (பலராமன் இலட்சுமணன், 06-May-2020)

இதை ஒரு மதம் சார்ந்த கேள்வியாக அணுகாமல், மொழி சார்ந்த கேள்வியாக அணுகுகிறேன்.

இன்று முருகன் ஒரு மதத்தின் கடவுள் என்று ஆகிப்போனாலும், தமிழ்மொழி சார்ந்த முருகன் மதக்கடவுள் அல்ல; மொழித்தொன்மம், ஆதிகுடித் தமிழ்நிலத்தின் தொன்மம். சாமி, கடவுள், மதம் என்பதெல்லாம் இன்றுதான். அன்று, முருகன் ஒரு நடுகல் தொன்மம். குறிஞ்சி நிலத்தின் ஆதிகுடித் தொன்மம்.

"மாயோன் மேயக் காடுறை உலகமும்
சேயோன் மேய மைவரை உலகமும்
வேந்தன் மேயத் தீம்புனல் உலகமும்
வருள்நன் மேயப் பெருமணல் உலகமும்
முல்லை, குறிஞ்சி, மருதம், நெய்தல் எனச்
சொல்லிய முறையான் சொல்லவும் படுமே!" -தொல்காப்பியம்.

சேயோனாகிய முருகன் மட்டுமே தமிழ்க் கடவுள் அல்லன்! மாயோன் எனப்படும் திருமாலும் தமிழ்க் கடவுளே! கொற்றவை என்ற பாலைநிலத் தெய்வமும் தமிழ்க் கடவுள்தான்!

தமிழ்க் கடவுள் என்று சிறப்பித்துச் சொல்வது, சமயப் பெருமைக் காக அல்ல! தமிழ்க் கடவுள் யாதெனில், அந்த இறைமையை ஆராய்ந்து அறிந்தால், தமிழ்த் தொன்மத்தை அறியலாம்; அதனால் தமிழ்க் கடவுள்!

வேந்தன் என்போன் இந்திரன் அல்லன். வேந்தன் என்பவன் ஒற்றை ஆள் கிடையாது. மாறிக் கொண்டே இருக்கும் மருத நிலத் தலைவர்கள்/அரசர்கள். நெய்தலின் வருள்நன் (வருணன்) என்பதும், சூழும் கடல்காற்று; மாறிக்கொண்டே இருப்பது.

வேந்தன்/ வருள்நன் ஆகிய இவ்விருவரும் மாயோன்/ சேயோன்/ கொற்றவை போல் ஒரு தனித்த ஆள்/ஆதிகுடி அடையாளம் அல்ல. ஆதலால் தமிழ்க் கடவுள் என்ற வரைமையில் வருவதில்லை. மாயோன், சேயோன், கொற்றவை மட்டுமே தமிழ்க் கடவுள்!

தமிழ்க் கடவுள் என்று சொல்லப்படும் இந்தத் தொன்மங்களை ஆய்ந்தால், அதோடு ஒட்டியிருக்கும் கருப்பொருள்/உரிப்பொருள் ஆராய்ந்தால், அன்றைய தமிழ் நிலத்தின் பல கூறுகளையும் அறியலாம். முருகனை ஆராய்ந்தால் கையில் வேல் இருக்கிறது, அது வேட்டுவ ஆயுதம்; மயில் இருக்கிறது, குறிஞ்சி நிலப் பறவை; மலைமேல் பாரம் சுமக்கும் காவடி இருக்கிறது, அது மலைவாழ் வியல் கூறு.

(வளரி – காவடி – வேல்)

அது போல, முல்லை நில மாயோனுக்குச் சக்கரம் ஆயுதம். சக்கு+அரம்=சக்கரம். ஆஸ்திரேலியாவில் இருக்கும் பூமராங் (அ) வளரி போன்றது. முல்லை என்பது காடு; அடர்ந்த இருண்ட காடுகளில் வேல் எய்தால், அதைப் போய்த் திரும்பத் தேடியெடுத்து வருவது கடினம். மலை போல் வெட்டவெளி அல்ல காடு. மேலும், வேட்டை விலங்கை அது தாக்காது போனால், அத்தேடும் முயற்சியே வீணாகிவிடும். அதனால் சக்கரத்தைப் பயன்படுத்தினர். சக்கரத்தை எறியும் போது, அது திரும்ப நம் கைக்கே வந்துவிடும்; வீண் அலைச்சல் இருக்காது.

அதே போல், மலைச் செங்குத்தின் மேல் கைகளில் பாரம் சுமந்து செல்ல முடியாது. அதனால் காவடி போன்ற வடிவில் இருபக்கமும் பாரங்களைச் சமமாகத் தொங்கவிட்டுத் தோளில் சுளுவாகத் தூக்கிச்

சென்றனர். முருகன் இந்த நிலத்தின் ஆதிகுடித் தலைவனாக இருந்ததினால், இந்த நிலத்துக்குத் தொடர்புடைய எல்லாம்–வேல், மயில், காவடி–முருகனுடைய அடையாளம் ஆயின.

எவையெல்லாம் அந்தத் திணையின் கருப்பொருளோ, அவையெல்லாம் அந்த நிலத் தலைவனுக்கும் அடையாளமாக ஆகி வரும். இதுதான் தமிழ்த் திணை விளக்கம். மாயோன்/சேயோன் வழிபாடுகளை ஆராயப் போந்தால், இது போன்ற தமிழ்ப் பண்பாட்டு நுட்பங்களை அறிந்துகொள்ள முடியும்; அதற்காகத்தான் தமிழ்க் கடவுள் என்று சொல்கிறோமே தவிர, பூசை வைப்பதற்காகவோ, வேண்டுதல் வைப்பதற்காகவோ, போலி சமயப் பெருமைக்காகவோ அப்படிச் சொல்வதில்லை. தமிழின் தொன்மத்தை அறிந்துகொள்வதற்காகத்தான், தமிழ்க் கடவுள் என்று பெயர்.

திணைக் கருப்பொருளாகத்தான் முருகனுக்கு மயில் இருக்கிறது / வேல் இருக்கிறதே தவிர, மற்றபடி முருகன் மயில் மேல் எல்லாம் பறக்க முடியாது. மயில், பிற பறவைகளைப் போல் நெடுந்தொலைவு பறக்கவும் பறக்காது தோகையின் பாரத்தால். மேலும் ஆள் ஏறி உட்கார்ந்தால், பாரம் தாங்காது, பாவம் செத்துவிடும்.

ஆதியில், முருகன் நடுகல் தொன்மமாகத்தான் இருந்தான். யாரோ ஒரு குறிஞ்சி நிலத்து ஆதிகுடித் தலைவன் இம்மக்களை காத்திருக்கிறான். அதனால், அவனுக்கு நடுகல் வைத்துள்ளனர். அக்காலத்தில் தலைவன் நினைவாக நடுகல் வைத்து, அந்தக் கல்லின் மேல் அவனது ஓவியத்தை வரைந்தும் வைப்பார்கள். சில சமயம் பாம்பு உருவங்களையும் வரைந்து வைத்திருப்பார்கள். அவ்வாறு அந்த முருகனுக்காக வைத்த நடுகல்லின் மீது ஒரு வள்ளிக்கொடி படர்ந்திருக்கிறது. இதைக் காணும் போது, அன்று குடிகாத்த முருகனாகவும் வள்ளியாகவும் தெரிகிறது.

அதனால் மக்கள் உணர்ச்சி மேலிட, தம் தலைவனின் நினைவு போற்றத் துவங்கினார்கள். இதற்குக் கந்தழி/கந்து என்ற பெயர், தொல்காப்பியத்தில் உண்டு. சங்கத்தமிழில் பார்த்தோமானால், அணங்கு, சூர், முன்னோர் என்று முருக வழிபாடு இப்படித்தான், ஓர் இயற்கை வழிபாடாகவே இருக்கும். எல்லா மக்களும் சேர்ந்து முருகனுக்காகக் கூத்து ஆடுவதும் நடக்கும். முருகன் கோட்டம் என்று பெயர். யார் வேண்டுமானாலும் உள்ளே போகலாம், தொடலாம், வணங்கலாம். தனிமனிதப் பிறப்பு சார்ந்த கட்டுப்பாடுகள் கிடையாது.

ஆற்றுப்படை என்பது மக்கள் மிகுந்த மனவருத்தத்தில் இருக்கும் போது, ஆறுதலுக்காகத் தலைவனை/அரசனைத் தேடிச் செல்வது.

திருப்பரங்குன்றம்

திருச்சீரலைவாய்

ஆவினன்குடி

ஏரகம்

அது போல் ஆறுதலுக்காக, முருகனை தேடிச் செல்வதுதான் முரு காற்றுப்படை. அது ஆற்றுப்படை; ஆறுபடை அல்ல. மனசை ஆற்றல், எண்ணிக்கை ஆறு அல்ல. எந்தவொரு போருக்கும் படை யெடுத்துப் போவதும் அல்ல!

மொத்தம் 4 ஆற்றுப்படை வீடுகள்தான்

- திருப்பரங்குன்றம் (இன்றைய மதுரைக்கு அருகில்),
- திருச்சீரலைவாய் (இன்றைய திருச்செந்தூர்),
- ஆவினன்குடி (இன்றைய கீழ்ப் பழனி),
- ஏரகம் (இன்றைய நாஞ்சில் நாட்டுக் குமாரகோவில்; ஆனால் குடந்தை அருகே ஸ்வாமிமலை என்று மாற்றப்பட்டுவிட்டது).

ஐந்தாவது படைவீடான திருத்தணி என்பதே கிடையாது. குன்று தோறாடல் என்ற பொதுவான பெயர்தான் அதற்கு. அதுபோல், பழமுதிர்சோலை என்பதும் பொதுவான இடமே. இவை இரண்டும் பொதுவான குன்று/சோலைகள். எந்த ஒரு குறிப்பிட்ட ஊரும் அல்ல.

பழமுதிர்சோலையில், முருகனுக்கு மக்கள் வழிபாடு செய்யும் போது, புலால் (மாமிசம்) எல்லாம் படைப்பார்கள். ஆட்டை அறுத்து,

ஆட்டுக்கறி செய்து, அதன் குருதியைச் சோறுடன் கலந்து படைப் பார்கள் என்று நக்கீரரே பாடுகிறார் (கொழுவிடைக் குருதி விரைஇய தூவெள் அரிசி, சில்பலிச் செய்து). ஆனால் இன்று படைக்க முடியுமா?

மதுரை அருகே அழகர்கோயில் மலையில் உள்ள பழமுதிர் சோலைக் கோயிலே, இந்த நூற்றாண்டில் எழுப்பப்பட்டதுதான். ஒரு பெரிய நீதிமன்ற வழக்கே நடந்து, ஒருவழியாக சைவ-வைணவப் பஞ்சாயத்து ஆனது. அதற்கு முன் அங்கு கோயிலோ, அதன் வரலாறோ இல்லவே இல்லை.

இன்று இவையெல்லாம் மதம் சார்ந்து வருகின்ற புனைவுகள். கந்து என்பது நடுகல்லே. அதுவே கந்தன்; அதை இவர்கள் ஸ்கந்தன் என்று மாற்றிக்கொண்டார்கள். இவ்வாறு, ஒவ்வொன்றாகத் தமிழ் முருகனின் மேல் சம்ஸ்கிருதப் பூச்சு புனையப்படுகிறது.

இயற்கையாக எந்தவொரு சாயலும் மாய மந்திரமும் இல்லாமல் இருந்த சங்ககால முருகன், சுப்ரமண்யன் ஆக்கப்பட்டான். ஸு + ப்ரஹ்மண்யன் என்றால் சிறப்பு மிக்க பிராமணன் என்று பொருள். பிராமணர்களுக்குச் சுகம் அளிப்பவன் என்றும் இன்னொரு பொருள்.

வேதங்களில் சொல்லப்படாத தமிழ் முருகன், புராணக் காலத்தில் ஸ்வீகரிக்கப்பட்டு, சுப்ரமண்யன் என்று கட்டமைக்கப்படுகிறான். வைதீக மதம், பௌத்த சமணங்களுக்குப் போட்டியாகப் பரவத் தொடங்கும் போது, மக்களின் ஆதரவு தேவையென்பதால், மக்கள் வழிபடும் நடுகல் முருகன் மேலேயே புதிய புராணங்களும் சோடித்து, 6 தலை/ 12 கை/ 18 கண் என்று புது உருவம் ஏற்றப்படுகிறான். இருந்ததின் மேலேயே ஏற்றிவிட்டால், எது இருந்தது? எது வந்தது? என்று கண்டே பிடிக்க முடியாது; சிறப்பான (இழிவான) கலப்பட உத்தி!

சங்கத்தமிழிலேயே இந்த மதமாற்றம் துவங்கிவிட்டது. தமிழ் நிலத் தொன்மங்களை ஒவ்வொன்றாக மாற்றுகிறார்கள். சமணம்/ பவுத்தம், இதே போல் தமிழ் மக்களைக் கவர, "ஸ்கந்த தீர்த்தங்கரர்" என்று பேர்மாற்றம் செய்து ஏமாற்றவில்லை. அவர்களின் மதமான அருகனைப் பற்றிய பரப்புரை மட்டுமே மேற்கொள்கிறார்கள்; தமிழைச் சிதைக்கவில்லை. வைதீக மதம் மட்டுமே முருகனை ஸ்கந்தன் என்று மாற்றியும், திருமாலை விஷ்ணு என்று மாற்றியும், தமிழைச் சிதைத்தது.

வேதத்தில் விஷ்ணு என்ற பெருங்கடவுளே கிடையாது. விஷ்ணு, துவாதச ஆதித்தியர்களுள் ஒருவர் மட்டுமே. சிவன், ஏகாதச ருத்திரர்களுள் ஒருவர் மட்டுமே. மும்மூர்த்தி என்ற முக்கிய இடமெல்லாம் இல்லை. வேதங்களை ஆழ வாசித்தாலே, வேதம் -> புராணம் என்ற புலம்பெயர்வு புரிந்துவிடும்.

கடைச் சங்க காலத்திலேயே முருகனின் மேல் பல கதைகளை உருவாக்கி, அவன் சிவன்-பார்வதியின் மகன், நெற்றிக் கண் 6 பொறி (அ) 6 விந்துத் துளிகளே அக்னி பகவான் விழுங்கிச் சரவணத்தில் (தர்ப்பைக் காட்டில்) துப்ப, ஆறு குழந்தைகளாகப் பிறந்தவன், மீண்டும் ஒன்றாக்கி (ஸ்கந்த), ஒரே குழந்தை ஆனவன்.

பிராமண ரிஷிகளையும் தேவர்களையும் மதிக்காத சூரபத்மனை நோக்கிப் போரிட்டு அவனைச் சாகடித்தான். சூரனை இரண்டாக வெட்டி, அதில் ஒன்று மயிலாகவும், இன்னொன்று சேவலாகவும் ஆனது என்றெல்லாம் எக்கச்சக்கமான போலிப் புனைவுகள்.

அப்புனைவுகளின் மேலேயே போலிப் பெருமையாக, முருகன் யாரையும் அழிக்க மாட்டான். சூரனைச் சாகடிக்காமல் மயிலும் சேவலுமாக மாற்றிக்கொண்டான் என்றெல்லாம் பெருமை பாடிக் கொள்வார்கள். ஆனால், ஓர் உயர்திணை மனிதனை, மானமற்ற அஃறிணையாக மாற்றி, அதன்மேல் உலா வருவதற்கு, சாகடிப்பது எவ்வளவோ மேல்.

முருகன் (சுப்ரமண்யன்), சூரபத்மனின் ஊரை (ஏமகூடம்), வருண பகவானிடம் சொல்லிக் கூண்டோடு கடலில் மூழ்கடித்து, அந்நகரில் தூங்கும் அசுரக் குழந்தைகளைக்கூடச் சாகடிப்பதாக ஸ்கந்த புராணம். இதுதான் யாரையும் அழிக்காத கருணையா? இதைச் சூரசம்ஹாரம் என்று இன்றும் நாம் கொண்டாடுகிறோம். எதிரியே ஆயினும், ஒருவனின் இறப்பை ஆண்டுதோறும் கொண்டாடுவோமா?

அடிப்படை நாகரிகமுள்ள ஒரு சமுதாயம், ஒருவனின் இறப்பைக் கொண்டாடாது!

வீரபாகு என்பதும் இதுபோலத்தான். பாஹூ என்றால் தோள். கிரந்தம் நீக்கிப் பாகு. வீரபாஹூ என்பதை, வீரபாகு என்று எழுதுகிறோம். தமிழ்க் கடவுள் என்று கூறப்படும் முருகன்மேல், ஏன் இவ்வளவு சம்ஸ்கிருதம்? என்ற ஓர் அடிப்படைக் கேள்வியைக் கேட்டோமானால், நமக்கு விளங்கிவிடும்: தமிழ்க்கடவுளாகிய முருகன் வேறு; சம்ஸ்கிருதக் கடவுளாகிய சுப்ரமணியன் வேறு என்று!

தமிழ் முருகன், தமிழ்த் திருமால் தொன்மங்கள் யாவும் குறிஞ்சி/ முல்லை நில மக்களை ஒட்டியே இருக்கும். நிலத்தின் ஆயுதங்களே, கருப் பொருட்களே, அதன் தலைவனுக்கும் ஆகிவரும். திருமாலுக்கு மீசையும் இருக்கும். இன்றும் திருவல்லிக்கேணியில் உள்ள கோவிலில் மீசையுள்ள பெருமாளைக் காணலாம். காட்டழகர் கோயில் என்று, வில்லிபுத்தூர் அருகில் உள்ள திருமாலுக்கும் மீசை உண்டு. கையில் ஆதிகுடித் தலைவர்களுக்கே உண்டான கைக்கோலும் வைத்திருப்பார்.

தமிழ் முருகத் தொன்மங்கள் இயற்கை சார்ந்துதான் இருக்கும். செயற்கையான புனைவுகள்/மாயாஜாலங்கள் இருக்காது.

தேடத்தேட, செயற்கையான பொய்ப் புனைவுகள் விலகி, இயற்கை யான மெய்த்தமிழை அறியலாம்! அதற்குத் தமிழ்த் திருமாலும், தமிழ் முருகனும், தமிழ்க் கொற்றவையும் உதவுவார்கள்! இயற்கையில் ஊன்றிய தமிழ் வாழி!

(மாயோன் – சேயோன் – கொற்றவை)

10

ஈரானிய யாசிதி (Yazidi) மக்கள் வழிபடும் கடவுள், முருகன்தானா?

கேள்வி: யாசிதி (Yazidi) சமூகத்துக்கும் தமிழுக்கும் தொடர்பு இருக்கிறதா? அவர்கள் வழிபடும் கடவுள் தமிழ்க்கடவுளைப் போல இருப்பது தன்னிச்சையானதா? (Benedict Vijayakumar, 06-May-2020)

யாசிதி மக்கள் ஈரான், ஈராக், துருக்கி போன்ற இடங்களில் சிறு பான்மையினராக வசிக்கிறார்கள். இது ஒரு பழைய இனக்குழு. இவர்கள் அடிப்படையில் இசுலாமியர்கள் கிடையாது. அவர்களுக்கு என்று பழைய தொல்முறைமைகள் இருக்கின்றன. ஆபிரகாமிய மதங் களோடு இவர்களது கொள்கைகள் சில ஒத்துப் போகும். 'ஓர் இறைக் கொள்கை' அதில் ஒன்று.

(தமிழ் முருகன் – Yazidi Melek Taus)

மெலக் டாசு (Melek Taus) என்பவரைக் கடவுளின் ஓர் அடை யாளமாக, தூதுவராகக் கொண்டுள்ளனர் யாசிதி மக்கள். இத்தலை வரின் அடையாளம் மயில் ஆகும். இந்த மயில், இன்ன பிற அடையாள மெல்லாம் அந்தச் சமூகத்தின் தொல்லெச்சங்கள். மற்றபடி ஆய்வியல் நோக்கில், யாசிதி சமூகத்துக்கும் தமிழ்ச் சமூகத்துக்கும் எவ்வித நேரடித் தொடர்பும் இல்லை. மயில் என்ற ஓர் அடையாளத்துக்காக, இதெல்லாம் வலிந்து கற்பிப்பது கூடாது.

முருகன் கையில் வேல் இருப்பதனால், வேல், முருகனுக்கு மட்டுமே சொந்தம் என்று கிடையாது. இதெல்லாம் சிறு வயதிலிருந்தே மதங்களையொட்டி நாம் புனைவுக் கதைகளைக் கேட்டுக் கேட்டுப் பழகியதால், எல்லாவற்றையும் ஒற்றைப் படிமத்தோடு தொடர்புபடுத்திக்கொள்கிறோம்.

வேல் என்பது ஓர் ஆயுதம். குறிஞ்சி நிலத்தில் மட்டுமல்லாமல் முல்லை நிலத்திலும் பயன்படுத்தப்பட்டது. குறிஞ்சி என்பது மலை. முல்லை என்பது காடு. இந்த இருநில மக்களும் வேலை ஆயுதமாகப் பயன்படுத்தினர் வெட்சி/கரந்தைத் திணையில். அதனால்தான் கூர்வேல் கொடுந்தொழிலன் என்றும், நின் கையில் வேல் போற்றி என்றும், ஆண்டாள் ஆயனைப் பாடுகிறாள்.

அதே போல், மலைச் செங்குத்தின் மேல் கைகளில் பாரம் சுமந்து செல்ல முடியாது. அதனால் காவடி போன்ற வடிவில் இரு பக்கமும் பாரங்களைச் சமமாகத் தொங்கவிட்டுத் தோளில் சுளுவாகத் தூக்கிச் சென்றனர். முருகன் இந்த நிலத்தின் ஆதிகுடித் தலைவனாக இருந்ததினால், இந்த நிலத்துக்குத் தொடர்புடைய எல்லாம்-வேல், மயில், காவடி-முருகனுடைய அடையாளம் ஆயின. எவையெல்லாம் அந்தத் திணையின் கருப்பொருளோ, அவையெல்லாம் அந்த நிலத் தலைவனுக்கும் அடையாளமாக ஆகிவரும்.

இதுதான் தமிழ்த் திணை விளக்கம். அதனால்தான் முருகனுக்கு மயில் இருக்கிறது வேல் இருக்கிறதே தவிர, மற்றபடி முருகன் மயில் மேல் எல்லாம் பறக்க முடியாது. மயில், பிற பறவைகளைப் போல் நெடுந்தொலைவு பறக்கவும் பறக்காது தோகையின் பாரத்தால் மேலும் ஆள் ஏறி உட்கார்ந்தால், பாரம் தாங்காது, பாவம் செத்து விடும்.

தமிழ்ச் சமூகத்தின் தொடர்பு, யாசிதி மக்களோடு இல்லாவிட்டாலும், உலகின் வேறு பகுதிகளில் இருக்கிறது. இந்தோனேசியா, கொரியா, கம்போடியா, பாலித் தீவு போன்ற இடங்களில் தமிழ்த் தொடர்பு உண்டு. அங்கெல்லாம் சமணமும் உண்டு, இந்து மதமும் உண்டு, பௌத்தமும் உண்டு.

இது வணிகத் தொடர்பாலும், பிற்காலத்தில் இராசேந்திர சோழனின் படையெடுப்பாலும் விளைந்த ஒன்று. இது போன்ற பண்பாட்டுப் பழக்கவழக்கங்கள், உலகத்தில் வேறு பல இடங்களுக்குப் பரவி இருக்கின்றன ஆனால் யாசிதி சமூகத்தில் தமிழத தொடர்பு ஏதும் இல்லை. இரண்டு சமூகங்களின் தொல்லெச்சங்களும் வேறு தான்!

11

தமிழ் இலக்கணத்துக்கு மட்டுமே உரிய சிறப்புகள் யாவை?

கேள்வி: *தமிழ் இலக்கணத்துக்கு மட்டுமே உரிய சிறப்புகள் யாவை? (பலராமன் இலட்சுமணன், 05-May -2020)*

தமிழ் இலக்கணத்துக்கே உரிய பெருஞ்சிறப்பு: பொருள் இலக்கணம்.

உலகின் பல மொழி இலக்கணத்திலும் எழுத்திலக்கணம் இருக்கும், சொல்லிலக்கணம் இருக்கும். ஆனால் பொருளிலக்கணம், தமிழ்மொழிக்கே உரிய சிறப்பு. தொல்காப்பியம் ஒன்றுக்கே எழுத்து -சொல்-பொருள், ஆகிய மூன்று இலக்கணங்களும் வாய்த்துள்ளன.

தமிழ்த் திணைகள்: "அகப்" பொருள் At-A-Glance!

	முல்லை	குறிஞ்சி	மருதம்	நெய்தல்	பாலை
1. முதற்பொருள்					
நிலம்	காடு	மலை	வயல்	கடல்	திரிந்த பிற
பொழுது-பெரும்	கார் காலம்	கூதிர் + முன்பனிக் காலம்	6 காலங்களும்	6 காலங்களும்	முதுவேனில் + பின்பனி
பொழுது-சிறு	மாலை	யாமம்	வைகறை	எற்பாடு	நண்பகல்
2. உரிப்பொருள்					
உரிய ஒழுக்கம்	காத்து இருத்தலும் இருத்தல் நிமித்தமும்	புணர்தலும் புணர்தல் நிமித்தமும்	ஊடலும் ஊடல் நிமித்தமும்	இரங்கலும் இரங்கல் நிமித்தமும்	பிரிதலும் பிரிதல் நிமித்தமும்
	Waiting	Enjoying	Sulking/ False Anger	Pining	Meaning: Not Together for now, [illegible] etc; Does not mean always "Split"
3. கருப்பொருள்					
தெய்வம்	திருமால்	முருகன்	வேந்தன் (இந்திரன் அல்ல)	வருணன் (வருண்தன்)	கொற்றவை
	தமிழ்க் கடவுள்	தமிழ்க் கடவுள்	மாறிக் கொண்டே இருப்பவை; நிலைத்த அடையாளம் அன்று		தமிழ்க் கடவுள்
தலைவர்	குறும்பொறை நாடன்/ கிழத்தி	பொருப்பன்/ வெற்பன்/ கொடிச்சி	ஊரன்/ மகிழ்நன்/ மனைவி	சேர்ப்பன்/ புலம்பன்/ நுளைச்சி	விடலை/ மீளி/ எயிற்றி
மக்கள்	ஆயர்/ ஆய்ச்சியர்	குறவர்/ குறத்தியர்	உழவர்/ உழத்தியர்	பரதவர்/ பரத்தியர்	மறவர்/ மறத்தியர்
பறவை	காட்டுக்கோழி/ மயில்	கிளி/ மயில்	நாரை/ அன்னம்	கடல்காகம்	பருந்து/ கழுகு
விலங்கு	மான்/ முயல்	புலி/ யானை	எருமை/ நீர் நாய்	சுறா	செந்நாய்
ஊர்/ நீர்நிலை	பாடி/ குறுஞ்சுனை	சிறுகுடி/ அருவி/ சுனை	பேரூர்/ ஆறு	பாக்கம்/ உவர்நீர்க்கேணி	குறும்பு/ கூவல்
பூ	முல்லை/ பிடவம்	வேங்கை/ குறிஞ்சி	தாமரை/ கழுநீர்	நெய்தல்/ முண்டகம்	குரா/ மரா
மரம்	கொன்றை/ காயா	தேக்கு/ அகில்	காஞ்சி/ மருதம்	புன்னை/ ஞாழல்	உழிஞை/ பாலை
உணவு	வரகு/ சாமை/ முதிரை	மலைநெல்/ தினை	செந்நெல்/ வெண்நெல்	மீன்	வழிப்பறி உணவு
பறை	ஏறுகோட்பறை	தொண்டகம்	மணமுழவு	மீன்கோட்பறை	பறைத்துடி
யாழ்	முல்லையாழ்	குறிஞ்சியாழ்	மருதயாழ்	விளரியாழ்	பாலையாழ்
பண்	சாதாரி	குறிஞ்சிப்பண்	மருதம்	செவ்வழி	பஞ்சுரம்
தொழில்/ போக்கு	மேய்த்தல்/ ஏறு தழுவுதல்	தேன்எடுத்தல்/ வெறியாடல்	நெல்அரிதல்/ விழாவெடுத்தல்	மீன்பிடித்தல்/ கடலாடுதல்	வெஞ்சமம்/ சூறையாடல்

(தமிழ் நிலத்தின் கருப்பொருட்கள்)

ஒரு மொழி, பண்டிதர்களின் கருவி அன்று; மொழி, மக்களின் சொத்து! அந்த மக்களின் வாழ்வியலை, நிலவியலை, காதலை, வீரத்தை, அந்நிலப் பொழுதுகளின் அறிவியலை. முதற்பொருள்,

கருப்பொருள், உரிப்பொருள் என்றெல்லாம் மக்கள் சார்ந்து இலக்கணம் ஆக்கிய பெருமை, தமிழ்மொழிக்கே உண்டு!

பொருள் என்பது மக்களும் வாழ்வியலும். அதற்கும் சேர்த்தே இலக்கணம் வகுத்தது தமிழ்மொழி. அவர்களின் நிலம் முல்லையா? குறிஞ்சியா? அந்நில மரஞ்செடிகொடி உயிர்கள் யாவை? அம்மக்களின் இயற்கையோடு இயைந்த வாழ்வியல் யாது? கலைகள் யாவை? பாட்டும் கூத்தும் என்ன? முழவுப் பறை, ஆடுகோட் பறை, சகோட யாழ், பேரி யாழ் என்றெல்லாம் இசையும், இலக்கணம் ஏறியது தமிழில்!

ஒரே குடியில் பல தொழில் வல்லார்களும் இருப்பர். சான்றாக முல்லைக்குடியில், மேய்ச்சல் செய்வோர் மட்டுமல்லர், இசைத் தொழில் வல்லார்கள், போர்த்தொழில் மறவர்கள் என்று பலரும் இருப்பர். மறவர் என்பது இன்றுதான் ஜாதி ஆகிவிட்டது. ஆனால் அன்று எல்லாக் குடியிலும் மறவர் இருப்பார். அவர்கள் வேலையை அவர்களே செய்துகொள்வார்கள். அவர்களுக்குத் தேவை எனில் முல்லைக்குடியில் உள்ள அதே ஆட்களே துணி நெய்வார்கள். மாடு மேய்ப்பார்கள். தொழில்களை மாற்றிக்கொள்வார்கள். பிறப்பால் எதுவும் கிடையாது.

மதுரைக் கணக்காயர் மகன் நக்கீரனார். -நக்கீரரின் அப்பா கணக்கு எழுதுபவர். ஆனால் மகனோ கவிஞர். போலவே, கூலவாணிகன் சீத்தலைச் சாத்தனார். -கூல வாணிகன் என்றால் அரிசி பருப்பு விற்பவர். ஆனால், மகனோ புலவர். பிறப்பு வழித் தொழில் என்பது, தொழிற் சமூகத்தில் குறுக்குவெட்டாக நால்வருண ஜாதி பாய்ந்த போதே வந்தது. தந்தை செய்த தொழிலையே மகனும் செய்ய வேண்டும் என்பதெல்லாம் பின்பு வந்த சீர்கேடு.

சமூகத்தைக் காட்சிப்படுத்துவது பொருள் இலக்கணம். வேறு எந்த மொழியும் மக்களின் வாழ்வியலை இலக்கணமாக வைக்கவில்லை. தமிழ்மொழி மட்டுமே, மக்களின் வாழ்வியலையும் இலக்கணமாக வைத்தது. இது தமிழுக்கு மட்டுமே உரிய சிறப்பு!

இரண்டாவது தனிச்சிறப்பு: திணை/துறை.

இந்தச் சூழலில் விளையக்கூடிய காதல், இந்த சூழலில் விளையக் கூடிய பிரிவு என்று யாவற்றையும் பேசியது தமிழ்.

பாலை என்றால், பிரிதலும் பிரிதல் நிமித்தமும் உரிப்பொருள். அதற்காக, பாலை நிலத்தில் வாழ்ந்தோரெல்லாம் காதலற்றுப் பிரிந்தே

வாழ்ந்தார்கள் என்பதல்ல. பாலை நிலவியலின் கடுமை போல், பிரிவு என்ற உரிப்பொருளும் வாழ்வியற் கடினமே என்று காட்டத்தான் இம் முறைமை. பிரிவு என்றாலே, இன்று சொல்வது போல 'Breakup' எனும் காதல் தோல்வி கிடையாது. காதலன்/கணவன் பொருள் தேடுவதற்காக, காதலன்/மனைவியைப் பிரிந்து வெளியூர்களுக்குச் செல்வதும் பிரிவுதான்.

இருவரும் இரவு நேரம் சந்திக்க முடியவில்லை. தலைவி மயங்கி நிற்கிறாள். தலைவனின் வாசனை தன்னைச் சுற்றி இருப்பது போல் மயங்குகிறாள். தோழி அவளை ஆற்றுப்படுத்துகிறாள். இது போல ஒரு சூழலுக்கு, கவிதை எழுதுவதுதான் திணை/துறை.

முல்லைக்கு உரிப்பொருள் காத்து இருத்தலும், இருத்தல் நிமித்த மும். குறிஞ்சிக்கு உரிப்பொருள் புணர்தலும் புணர்தல் நிமித்தமும். காத்திருந்து ஏங்கி அகங்குழைந்து, பின்பு கூடுதல்தானே பேரின்பம்? அதான் முல்லையை முதலில் வைத்து, பின்பு குறிஞ்சியை வைத்தது தமிழ்! ஆம், முல்லையே முதல் திணை, பின்பே குறிஞ்சி. முல்லை யின் சிறு பொழுது மாலை, குறிஞ்சியின் சிறுபொழுது யாமம். மாலைக்குப் பின் தானே யாமம்? இப்படி, இலக்கணமே இயற்கை சார்ந்துதான்!

அகத்திணையில் காதலன்/காதலி பெயரை எக்காரணம் கொண்டும் சொல்லவே கூடாது என்பது அகப்பொருள் விதி. தலைவன்/தலைவி அவ்வளவுதான், அவர்களின் பெயரையோ அடையாளத்தையோ சொல்லிக் காட்டிக்கொடுத்துவிடக் கூடாது.

பத்துப்பாட்டில் உள்ள நெடுநல்வாடையில், அதன் ஆசிரியர் நக்கீரர், பாட்டின் உணர்ச்சிப் பிழம்பிலே, தெரியாமல் தலைவனின் ஓர் அடையாளத்தைக் காட்டிவிடுகிறார். "வேம்பு தலை யாத்த நோன் காழ் எஃகம்" என்று வீரனின் கைவேலில் வேப்பிலை சொருகி இருந்தது காட்டப்பட்டுவிடுகிறது. வேப்பம்பூ பாண்டியனின் சின்னம். அவள் காதலன், பாண்டிய நாட்டான் என்ற அடையாளத்தை, அறியாமல் அகப்பாடலில் காட்டிவிட்டார். பாண்டியன் என்ற சொல் லைக்கூட அவர் பயன்படுத்தவில்லை. வேம்பு என்று மட்டும்தான் குறிப்பால் வருகிறது. ஆனால் அதற்கே, நெடுநல்வாடை எனும் நூல், அகப்பாடலில் வராது என்று சொல்லிப் புறப்பாடலுக்குத் தள்ளி விட்டனர்.

இத்தனைக்கும் தமிழ்ச் சங்கத்தின் தலைமைப் புலவர் நக்கீரனார், அத்தமிழ்ச் சங்கம் நடப்பதற்கே காசு கொடுப்பவன் பாண்டியன்,

ஆனாலும் அகப்பொருள் விதி யாராயினும் வளையாது. அது தலை மைக் கவிஞனோ/மன்னனோ, அகப்பொருள் காதலின் முன் யாவரும் சமம் என்று தமிழ் அறக் கொள்கையிலே உறுதி; இந்த அறமும் -தமிழ் இலக்கணத்தின் தனிச்சிறப்பு!

இன்றுவரையில், எனக்கு 12 மொழிகள் தெரியும். தமிழ், ஆங்கிலம், சம்ஸ்கிருதத்தோடு, இந்திய மொழிகளுள் ஐந்தும், உலக மொழிகளுள் ஏழும் தெரியும். இன்னும் மூன்று மொழிகள் பயின்று கொண்டுள்ளேன். திருக்குர்ஆனை மூலமொழியில் அறிய அரபி, இலங்கையின் சிங்களம், அமேசான் காட்டின் பழங்குடி மொழியான அராவக்-இவற்றைக் கற்றுக்கொண்டிருக்கிறேன்.

இத்தனை மொழிகளையும் ஓரளவு அறிந்தவன் என்ற முறையில் சொல்கிறேன்; என் தாய்மொழி தமிழைப் போற்றுவதற்காக இதைச் சொல்லவில்லை; என் தற்பிடித்தம் கடந்து சொல்கிறேன்-தமிழில் இருப்பது போல் ஓர் இலக்கணம், மக்களின் சமூகவியல் சார்ந்த இலக்கணம், எம்மொழி இலக்கணத்திலும் இல்லை!

பண்டிதர்கள் அல்லர், மக்களே இம்மொழியின் அடித்தளம்! சமூகநீதிச் சமூகவியலே, இம்மொழியின் அடிப்படை! தமிழ் வாழ்க!

12

தமிழ் இலக்கணம் நெகிழ்வானது என்பதற்கு என்ன சான்று?

கேள்வி: தமிழ் இலக்கணம் நெகிழ்வானது என்பதற்கு எடுத்துக் காட்டுகள் கொடுக்க முடியுமா? *(பலராமன் இலட்சுமணன், 06-May-2020)*

தமிழ் இலக்கணத்தில் நெகிழ்வு என்பதற்குச் சான்றாக, நிறுத்தற் குறிகள் *(தரிப்புக் குறிகள்)* மற்றும் சந்தியைச் சொல்லலாம்.

பழைய சந்திக்குப் பதிலாக புதிய நிறுத்தற் குறிகள் இடலாம். சந்தியின் நோக்கமே வாக்கிய ஒழுங்குதான். "என்னைக் காதலித்தாள்" என்பதில் -க் போட வேண்டும்; ஆனால் "என்னை, காதலித்தாள்" என்றும் எழுதலாம்.

போலவே, வாழ்த்து-க்கள்/வாழ்த்து-கள் இரண்டுமே சரிதான். பெரும் இலக்கண வல்லாரான நச்சினார்க்கினியரே, தொல்காப்பிய உரையில், எழுத்து-க்கள் என்றுதான் எழுதுகிறார்.

போலவே, கோவில் என்றும் சொல்லலாம், கோயில் என்றும் சொல்லலாம். இவையெல்லாம் இலக்கண நெகிழ்வே.

"இ, ஈ, ஐ வழி ய-வ்வும்
ஏனை உயிர் வழி வ-வ்வும்
ஏ முன் இவ்விருமையும்"

இந்த உடம்படுமெய் இலக்கணத்தில் கோ/மா என்பவை விதி விலக்குகள்.

நூற்பா: கோ/மா முன்வரின் யகரமும் குதிக்கும்!

அதனால்தான் கோவில்/மாவிலை என்பதோடு, கோயில்/மாயிலை என்பதும் சரியான பயன்பாடு ஆகின்றது.

இந்த இலக்கணம் யாவும், மக்கள் வாழ்வியல் வழங்குநிலையே. அதை இலக்கணம் என்று செந்தரம் *(Standardization)* செய்துவைக்கிறோம், அவ்வளவே! ஊர்ப்புறத் திண்ணைப் பள்ளிக்கூடங்களில், "அனா, ஆவன்னா, இனா, ஈயன்னா" என்றுதானே சொல்கிறார்கள்?

"ஈவன்னா" என்று சொல்கிறார்களா? இல்லையே? அவர்கள் என்ன நன்னூல் நூற்பாக்களைப் படித்தா அப்படிச் சொல்கிறார்கள்?

மக்கள் ஒலிப்பதே, இலக்கண நூற்பாவாக எழுதிவைத்திருக்கிறார் தொல்காப்பியர். மக்களின் நெகிழ்வே, மொழி நெகிழ்வு.

இன்றுதான், ஒரு சிலர் இந்த நெகிழ்வு புரியாது, அரைகுறையாகப் படித்துவிட்டு, கோயில் பிழை, வாழ்த்துக்கள் பிழை என்றெல்லாம், தரவுகள் காட்டாது தம் கருத்தையே பிழையாகப் பரப்பி, மிகைத் திருத்தம் *(Over Correction)* செய்கிறார்கள். பெரும் இலக்கண ஆசிரியரான நச்சினார்க்கினியரையே திருத்தம் செய்யுமளவுக்கு, இவர்களின் தகுதி என்ன என்று பார்த்தால், ஒன்றுமில்லை.

வெடி'ப்' பொருள் என்ற சொல்லைச் சான்றாக எடுத்துக்கொள்க. இதில் வெடி என்பது ஒரு பெயர், பொருள் என்பது ஒரு பெயர். இரண்டு பெயர்களும் ஒட்டும் போது, வெடிப்பொருள் என்று ப்-சந்தி வருகிறது, இருபெயரொட்டுப் பண்புத்தொகை என்பதால்.

இதுவே வெடிபொருள் என்று -ப் இடாமல் எழுதினாலும் குற்றமில்லை. ஏனெனில், வெடிபொருள் என்பது வினைத்தொகையாகவும் வரலாம். (வெடித்த பொருள், வெடிக்கின்ற பொருள், வெடிக்கும் பொருள்). அப்போது சந்தி சேர்க்கத் தேவை இல்லை. வினைத் தொகையில் வல்லினம் மிகாது (ஊறுகாய், சுடுசோறு). வெடிபொருள் என்பதும் சரியே.

அதுபோல ஔவை/அவ்வை, ஐயன்/அய்யன்–இவைகூட மொழி கொடுக்கும் நெகிழ்வுதான். (அகரத்து இம்பர் யகரப் புள்ளியும் ஐ என நெடுஞ்சினை மெய்பெறத் தோன்றும்).

ஐகார/ஔகாரக் குறுக்கங்களில், ஔ என்று முழுமாத்திரையில் வாயைக் குவித்து ஒலிக்காது, குறுக்கி ஒலிக்கும் போது, ஔ/அவ் என்று இரண்டு விதமாகவும் எழுதலாம், இளங்கோவடிகளே எழுது கிறார் (அவ்வை உயிர் வீவும்).

இன்று, *pen drive / thumb drive* என்ற சொல்லுக்கு, குறுந்தரவுப் பெட்டகம் என்று கடினப்பட்டு மொழியாக்கம் செய்கிறார்கள். ஆனால் தேவையில்லை. எளிதாக, ஆங்கிலம் போலவே, விரலி என்றே மொழியாக்கம் செய்யலாம்.

ஒரு மொழியாக்கத்தில், ஒரு பொருளின் முழு இயக்கத்தை/ விளக்கத்தைக் கொண்டு வரத் தேவையில்லை! நம் மொழி எவ்வளவு நெகிழ்வாக உள்ளதோ, மொழியாக்கமும் நெகிழ்வாக இருத்தல் நலம்!

13

தமிழ் இலக்கணத்தின் மீது திணிக்கப்பட்ட மொழி அரசியல் என்ன?

கேள்வி: தமிழ்மொழிமீதும் தமிழ் இலக்கணத்தின் மீதும் திணிக்கப்பட்ட மொழி அரசியல் என்ன? *(பலராமன் இலட்சுமணன், 06-May-2020)*

தமிழ்மொழியில், வடமொழிச் சொற்கள் / சம்ஸ்கிருதச் சொற்கள் மட்டுமல்ல, பாரசீகச் சொற்கள், அரபிச் சொற்கள், போர்த்துகீசியச் சொற்கள் என்று பலமொழிச் சொற்களும் கலந்துள்ளன.

ஆனால் பின்னுள்ள மொழிச் சொற்கள் யாவும் வணிகத்தாலும், உறவுகளாலும் மென்மையாகப் பரிமாறிக் கொண்டவை. வல்லடி யான மதம் மற்றும் அரசியல் திணிப்புகளால் அல்ல. அவற்றின் 1% விழுக்காடும் மிகமிகக் குறைவே.

ஆனால், சம்ஸ்கிருதச் சொற்கள் அப்படியல்ல. கிட்டத்தட்ட 20% விழுக்காட்டுக்கும் மேல் கலந்துள்ளன. சொல்லப்போனால், இன்று அவை தமிழா? சம்ஸ்கிருதமா? என்றே தெரியாத அளவுக்கு, காலங்காலமான பொதுமக்கள் அறியாமையில், ஓர் ஒட்டுண்ணி (Parasite) போல் ஊடுருவியுள்ளன.

ஏற்கனவே இன்னொரு பதிலில் *(எவர் காலத்தில், தமிழ்மொழி, கலப்பில்லாமல் இருந்தது?)*, இது பற்றி இன்னும் விரிவாகச் சொல் லியுள்ளேன். அதையும் காண்க.

ஐம்பெரும் காப்பியங்கள், ஐஞ்சிறு காப்பியங்கள்—இவற்றிலெல் லாம் தத்துவத் துறை சார்ந்த சொற்கள் மட்டுமே சமணம்/பௌத்தம் சார்ந்து இருக்கும். பிற யாவும் தமிழாகவே இருக்கும். அவர்களின் அரிஹந்த் என்ற சொல்கூட, அருகன் என்றே தமிழ் விதிகளின்படி மாற்றப்பட்டு இயங்கும். ஆனால் வைதீக மதம் மூலமாகத்தான் சம்ஸ்கிருதம் அதிக அளவில் திணிக்கப்பட்டது, அதுவும் தமிழில் அவற்றுக்கெல்லாம் சொற்கள் இருந்தாலும், அவற்றை மறைத்து, அவற்றின் மேலேயே ஒட்டப்பட்டன.

தமிழ்மொழியின் மீதும், தமிழ் இலக்கணத்தின் மீதும் திணிக்கப் பட்ட மொழி அரசியல் யாதென்றால்,

சான்றாக இலக்கணத்தையே எடுத்துக்கொள்வோம். 'ஏகதேச' உருவக அணி என்ற ஓர் அணி, தமிழ் இலக்கணத்தில் பள்ளிப் பாடத்தில் படித்திருப்பீர்கள். ஆனால் அதன் உண்மையான தமிழ்ப் பெயர், ஒருபுடை உருவக அணி என்பதே! அதாவது ஒன்றை மட்டும் உருவகப்படுத்தி மற்றொன்றை உருவகப்படுத்தாமல் விட்டு விடுவது, ஒரு புடை (ஒரு பக்க) உருவகம்.

"பிறவிப் பெருங்கடல் நீந்துவார் -நீந்தார்
இறைவன் அடிசேரா தார்" (குறள்)

பிறவி/வாழ்க்கையைப் பெருங்கடலாக உருவகப்படுத்தியவர், இறைவன் அடியைப் (தலைவன் பாதையை) படகாக/கப்பலாக உருவகப்படுத்தவில்லை. அதனால் இது ஒருபுடை உருவகம்.

ஆனால் இவர்கள் ஒருபுடை உருவகம் என்பதை, 'ஏகதேச' உருவ கம் என பெயரே மாற்றிவிட்டார்கள். 'ஏகம்' என்பது தமிழ்ச்சொல் அல்ல. தமிழ் இலக்கணத்தில் எதற்கு ஏக்-தோ-தீன்?

ஏதோ பேச்சுவழக்கில் பிற மொழிச் சொற்கள் சிறிதளவு கொடுக் கல்-வாங்கலாகக் கலப்பது இயல்புதான். ஆனால் ஒரு மொழியின் இலக்கணத்திலேயே ஊடுருவி, இலக்கணப் பெயரையே வடமொழி யில் மாற்றுவது என்பது 'குரூர' மனப்பான்மை. மொழியின் அடிப் படையையே சிதைக்கக்கூடிய எண்ணம் இருப்பதால்தான், அதன் இலக்கணத்தையே சிதைக்கிறார்கள்.

சாவி (Chave) என்பது போர்த்துக்கீசியச் சொல். இன்று அதை நாம் அப்படியே பயன்படுத்துகிறோம். திறவுகோல்/தாக்கோல் என்பது தான் தமிழ். ஆனால் இன்று பூட்டு-சாவி என்பது பயன்பாட்டில் வந்து விட்டது. ஆனால் சாவி என்னும் அந்த அயற்சொல் இலக்கணத் தையே சிதைக்கவில்லை. தமிழ் இலக்கணத்திலும், போர்த்துகீசிய மொழி ஏதும் வலிந்து புகுத்தவில்லை. சம்ஸ்கிருதம் மட்டுமே, தமிழின் அடிப்படைகளைச் சிதைக்க முனைந்தது!

அடுத்து கிரந்த எழுத்துகள் (ஜ, ஸ, ஷ, ஹ & க்ஷ, ஸ்ரீ). தமிழ்மொழியில் இந்த எழுத்துகள் கிடையாது. அந்த ஒலிப்புகள் இங்கு தேவையும் படவில்லை. ஆனால் வைதீக மதம் இங்கு கலந்த போது, அவர்களின்

சம்ஸ்கிருத சப்தங்களைத் தமிழில் ஒலிக்க, தமிழ்மொழியையே மாற்ற முனைந்தனர். இந்த எழுத்துக்களை அரச ஆதரவோடு தமிழுக்குள் புகுத்தினர். கிரந்தம் என்ற புதிய எழுத்துமுறையே உருவாக்கினர். தங்களுடைய வசதிக்காக, இன்னொரு மொழியைச் சிதைப்பதற்குப் பேர்தான் திணிப்பு; திணிப்பு தீது!

இந்தக் கிரந்த எழுத்துகள் நேரடியாகத் தமிழில் இல்லாவிட்டாலும், அதன் ஒலிப்புகள் சில தமிழில் ஏற்கனவே உள்ளன. மஞ்சள் என் பதில் 'ஜ' என்ற ஒலிப்பு இருக்கிறது. இசை என்பதில் 'ஸ' என்ற ஒலிப்பு இருக்கிறது. உலகிலுள்ள ஒவ்வொரு ஒலிப்புக்கும் தனித்தனி எழுத்து வைத்தால், மொழி மிகவும் குண்டாகிவிடும். அதனால், ஒத்த ஒலிப்புகளை ஒரே எழுத்தில் வைத்து, இடச் சூழலுக்கேற்ப ஒலிக்கும் *Context Sensitive* முறை தமிழில் உண்டு, பிற ஐரோப்பிய மொழிகளிலும் உண்டு.

உலகின் எல்லா மொழிகளிலும் உள்ள ஒலிகளை, ஒரே மொழிக் குள் கொண்டுவருவது இயலவே இயலாது. அந்தந்த மொழி/இனச் சூழலுக்கான ஒலிகள் மட்டுமே, அந்தந்த மொழிகளில். அதனால், தமிழில் *Z* இல்லையே, ஸ்ரீ இல்லையே என்பதெல்லாம் பொய்யான வாதம். ஆங்கிலம்/ சம்ஸ்கிருத பாஷையில் கூடத்தான் ழ/ற இல்லை. அந்த ஒலி இல்லையே என்று, அங்கு புது எழுத்தைப் புகுத்தினால் விடுவார்களா? ஏனெனில் ழ ஒலிப்பு, அந்த மொழிக்கு/இனத்துக்குத் தேவையில்லை. ஸ்ரீ/க்ஷ ஒலிப்பு தமிழ்மொழிக்கு/இனத்துக்குத் தேவையில்லை. இனத் தேவையைப் பொருத்தே மொழியின் எழுத்து!

சொல் என்பதில் துவக்க வல்லினம் ச, (*chol*) என்று அழுத்தி ஒலிக்கும். இதுவே மெய்யெழுத்தோடு வரும் போதும் இச்சை (*ichchai*) என்று அழுத்தி ஒலிக்கும். ஆனால் இசை என்பதில் *ichai* என்று அழுத்தி ஒலிக்காது. *Isai* என்று அழுத்தாமலே ஒலிக்கும். இதான் இடச்சூழல் *Context Sensitive* ஒலிப்புமுறை.

ஆனால், கிரந்தம் வேண்டுமென்றே வலிந்து கொண்டுவரப்பட் டது, தமிழல்லாத சம்ஸ்கிருதத்தைத் தமிழில் எழுதுவதற்காக. அ-ஆ-இ-ஈ என்ற அடிப்படை எழுத்துகளின் வடிவத்தைக்கூட, கிரந்தம் போலவே மாற்ற முனைந்தார்கள், ஆனால் எடுபடவில்லை. ஜ, ஸ, ஷ, ஹ மட்டுமே தங்கிப் போனது. அவர்களின் சொற்களை அவர் களின் எழுத்திலேயே எழுதிக்கொள்ளலாமே? 3% மக்களுக்காக, 97% மக்களும் மொழியும் பாரம் சுமக்க வேண்டுமா? அது அறமோ/ அறிவோ அல்லவே!

இவ்வாறு கலப்பதற்கு எப்படி முடிந்தது என்றால், இவர்கள் அரசாங்கம் வழியாக வந்தனர். அதனால் அதிகாரத்தின் வழியாகக் கலக்க முடிந்தது.

பல்லவர்கள் கிரந்தத்தை அறிமுகஞ் செய்தனர். சோழர்கள் காலத்தில் கிரந்தம் கொடிகட்டிப் பறந்தது. சோழர்களின் அரசாங்கக் கல்வெட்டில் 'ஸ்வஸ்திஸ்ரீ' என்று சம்ஸ்கிருதம் கலந்தே எழுதப்பட்டது. கல்வெட்டுகளின் நோக்கமே, அரசாங்கத்தின் திட்டங்களை மக்களுக்குக் கொண்டுசேர்ப்பதுதான். ஆனால் ஒரு கல்வெட்டும், அன்று மக்களுக்குப் புரியாது, இன்று வாசித்தாலும் புரியாது. யாருக்கும் புரியக் கூடாது என்பதற்காகவே கல்வெட்டு எழுதப்பட்டதோ என எண்ணத் தோன்றும். அதன் பின் நாயக்கர் காலத்தில், இன்னும் சம்ஸ்கிருத கிரந்தம் பரவி, தீபாவளி முதலான விழாக்கள் (பண்டிகைகள்) கூடப் புதிது புதிதாக உள்ளே வந்தன. இதெல்லாம் பண்பாட்டுத் தளத்தில் நிகழ்ந்தது. மொழித் தளத்தில் கிரந்தக் கலப்பு ஒரு பெரிய திணிப்புதான்.

'அறியப்படாத தமிழ்மொழி' என்ற என்னுடைய நூலில் இது பற்றி விரிவாக எழுதியுள்ளேன். அதில், 'தமிழ் மறைப்பு அதிகாரம்' என்ற படலத்தில் தரவுகளோடு சொல்லி இருப்பேன்.

எங்கெங்கெல்லாம் தமிழ் மறைக்கப்பட்டது? என்று மொழிஞாயிறு பாவாணர், 16 புள்ளிகளைக் காட்டுவார். எழுத்து மறைப்பு, சொல் மறைப்பு, அணி மறைப்பு, பொருள் மறைப்பு, யாப்பு மறைப்பு, நூல் மறைப்பு, பண்பாடு மறைப்பு, என்று நிறைய சொல்லியுள்ளார். பின்னால் தனித்தமிழ் இயக்கங்கள், திராவிட இயக்கங்கள், சம்ஸ்கிருதக் கலப்பிலிருந்து தமிழை நன்கு மீட்டுக் கொண்டு வந்தன. அன்று, "அக்ராஸனர் அவர்களே" என்று பேசியது போய், இன்று "தலைவர் அவர்களே" என்று நிறைய மாறியுள்ளோம்.

அன்று பைபிளைத் தமிழில் மொழி பெயர்க்கும் போது, பரிசுத்த ஆவி என்று எழுதினார்கள். இன்றுதான் தூய ஆவி என்று எழுதுகிறார்கள். வீரமாமுனிவர் (Constantine Joseph Beschi) முதன் முதலாக இங்கு வந்த போது,

தமிழ் வளர்த்த இத்தாலிய பேரறிஞர்
வீரமாமுனிவர்

தமிழ்மொழியில் அவ்வளவு கலப்படம் இருந்தது. வெளியூரிலிருந்து வந்தவர்கள் என்பதால், தமிழுக்கும் சம்ஸ்கிருதத்துக்கும் வேறுபாடு அவர்கட்கு முதலில் தெரியவில்லை. தமிழைப் படிக்கப்படிக்கத் தான், இவ்வளவு கலப்படம் நடந்திருக்கிறதா? என்று புரிந்து கொண்டு, நிறைய மாற்றினார்கள். தன்னுடைய பெயரையே முதலில் 'தைரியநாதன்' என்றுதான் வைத்திருந்தார். பின்புதான் 'தைர்யம்', தமிழ் கிடையாது என்று தெளிந்தபின், 'வீரமாமுனிவர்' என்று பெயர்மாற்றம் செய்துகொண்டார்.

அடிப்படையான முதல் நூலிலேயே நிறைய இடைச் செருகல்கள் நடந்திருக்கின்றன. முதல்/இடைச் சங்கத் தமிழ் அலாது, கடைச் சங்கத்தமிழிலே, இராமன் பற்றிய குறிப்பு வரும். ஆனால் அதில் இராமனைத் தமிழ் மக்கள் வணங்குவது போலவோ, பூசிப்பது போலவோ வரவே வராது. வெறுமனே ஒரு கதைக் குறிப்பாகவோ/ உவமையாகவோ மட்டும்தான் வரும், புதிய கதை பரவத் தொடங்கிய காலம் என்பதால். ஆனால் மக்களின் நடுகல் வணக்கம் போலவோ, மாயோன்/சேயோன் வணக்கம் போலவோ, இறைக்கூத்து போலவோ வராது.

சங்கத்தமிழில், கடவுள் வாழ்த்து என்று எந்தப் பாடலுமே தொடங்காது. சங்க நூல்கள் யாவுமே ஒரு தொகுப்புதான்-எட்டுத் தொகை & பத்துப்பாட்டு (பதினெண் மேல்கணக்கு) மற்றும் பதினெண் கீழ்க்கணக்கு. ஆனால் பாரதம் பாடிய பெருந்தேவனார் என்ற பின்னாள் புலவர், பலரும் நூல்களைத் தொகுக்கும் போது, நற்றிணை/குறுந்தொகை தவிர, பிற எல்லா நூல்களிலும் தொல் காப்பியம் காட்டாத ஸிவபெருமான் மேல், ஒரு புனைவுப் பாடலை எழுதி வாழ்த்துப் பாடலாகச் சொருகி வைத்தார்.

தொல்காப்பியர், ஸிவனை ஒரு தமிழ் இறைமையாகச் சொல்லவே யில்லை. மாயோன், சேயோன், வேந்தன் (பல அரசர்கள்), வருள்நன் (கடற்காற்று), கொற்றவை—இவர்களே ஆதி தமிழ்நில இறைமை! அதிலும், வேந்தன் என்பவன், நாட்டின் தலைவன், மாறிக்கொண்டே இருப்பவன். போலவே வருள்நன் என்ற கடற்காற்றும். அதனால்தான் இவ்விருவர்க்கும் கூத்தோ/வழிபாடோ இல்லை. குடிகாத்த ஆதி தொன்மங்களான, மாயோன்/ சேயோன்/ கொற்றவைக்கு மட்டுமே, நடுகல் கூத்தும் வழிபாடும்.

சங்கத்தமிழில் மாய மந்திரங்கள் எதுவும் இருக்காது. இயற்கை, வீரம், காதல், மனிதம், அறிவு, தெளிவு என்ற சூழலியலைத்தான்

சங்கத்தமிழ் காட்சிப்படுத்தும். இன்று சங்கத்தமிழில் உள்ள எல்லாக் கடவுள் வாழ்த்துப் பாடல்களும் பிற்சேர்க்கையே. *Proselytization* என்னும் மதமாற்றம் போல, மொழியைச் சிதைத்துச்சிதைத்து, மொழி மறைப்பு செய்தனர்.

இது கடைச்சங்க காலத்தில் அதிகமாகிவிட்டது. மூன்றாம் தமிழ்ச் சங்கத்தில் இருந்த புலவர்கள் மொத்தம் 49 பேர். ஆனால், சம்ஸ்கிருத பாஷையின் 49 எழுத்துக்களே, அந்த 49 தமிழ்ப் புலவர்களாக அவதாரம் எடுத்து, தமிழை உருவாக்கியதாகக் கதை கற்பித்தனர். சங்கத்தமிழுக்கே ஆதாரம் சம்ஸ்கிருத பாஷையே என்றெல்லாம் பொய்யாகக் காட்டத் துவங்கினர். திருவிளையாடற் புராணத்தில் பரஞ்சோதி முனிவர், தமிழுக்கு எதிராகவே எழுதுகிறார்.

"திகழ்தரு அகார ஆதி, ஹாகாரம் ஈறாச் செப்பி
புகழ்தரு நாற்பத்துஎட்டு, நாற்பத்து எண் புலவர் ஆகிச்
சங்க மண்டபம் உண்டாக்கி இருத்தினான் அறிஞர் தம்மை"

இவையெல்லாம்தான், வைதீக சமய அரசியல் கலந்த சம்ஸ்கிருத மொழி அரசியல்.

தமிழக ஊர்ப் பெயர்கள் பலவும்கூடச் சம்ஸ்கிருதத்தில் மாற்றத் தலைப்பட்டனர், அரசாங்க உதவியோடு. சான்றாக,

- புளியங்காடு திண்டிவனம் ஆகிற்று.
- முதுகுன்றம் விருத்தாச்சலம் ஆகிற்று.
- சிற்றம்பலம் சிதம்பரம் ஆனது.
- மயிலாடுதுறை மயூரம்/மாயவரம் ஆனது.
- அழிவிலி அவிநாசி ஆகியது.
- முகவை, ராமநாதபுரம் ஆகியது.
- செங்குடி லால்குடி ஆகியது.
- மரைக்காடு (மான்காடு), மறை என்று ரகரம் அசைக்கப்பட்டு வேதாரண்யம் ஆனது.
- அரங்கம் என்பது இரண்டு ஆறுகளுக்கு நடுவே இருக்கும் இடைத் திட்டு. ஆனால், திருவரங்கம் ஸ்ரீரங்கம் ஆனது.

ஆழ்வார்களே திருவரங்கம் என்றுதான் பாடுகிறார்கள். ஒருவரும் ஸ்ரீரங்கம் என்று பாடவில்லை. ("அணி திருவரங்கம் என்னாத மிண்டர் பாய்ந்து உண்ணும் சோற்றை, விலக்கி நாய்க்கு இடுமினீரே").

இவ்வாறு மொழியின் உள்ளே, நிறைய அரசியலைக் கலந்ததால், தமிழ்மொழி புகை போட்டது போன்ற கலப்படம் ஆகிப்போனது. உலகத்தில் எந்த மொழியிலும், இவ்வளவு திட்டமிட்ட கலப்போ/ மறைப்போ கிடையாது. செம்மொழியாகிய ஒரு தனிமொழியில், இவ்வளவு கலப்பு என்பது கொடுமையே!

ஆனாலும் அடிப்படை இழக்காது, அதையெல்லாம் கடந்து வந்துள்ளது தமிழ்மொழி. இதன் காரணம் தமிழுக்கு, தொல்காப்பியர் அமைத்துக் கொடுத்த அடித்தளம். நாம் ஐயன் வள்ளுவனுக்கு எவ்வளவு கடமைப்பட்டு இருக்கிறோமோ, அதே அளவு தொல்காப்பியருக்கும் கடமைப்பட்டிருக்கிறோம். அவரே, மொழி அரசியலில் இருந்து, தமிழைக் கூடுமானவரை காத்துக் கொடுத்தார்.

வரலாறு, வரலாறுதான்! இனிமேல் நாம் போய், நடந்து முடிந்த வரலாற்றில் திருத்தி எழுத முடியாது. ஆனால் இனிமேல் இதுபோன்ற கலப்படம் நடவாமல் பார்த்துக்கொள்ள வேண்டும். இனிவரும் காலம், அறிவியல் காலம் என்பதால், யாரும் தமிழ்மொழியை முன் போல் சிதைக்க முடியாது. *தமிழ் வெல்லும்!*

14

தமிழ் இலக்கணத்தில் சமகாலத்தில் ஏற்பட்ட மாற்றம் எது?

கேள்வி: தமிழ்மொழி இலக்கணத்தில் சமகாலத்தில் ஏற்பட்ட மாற்றம் எது? காலத்துக்கேற்ப எத்தகைய மாற்றங்கள் (படிமலர்ச்சி) தேவைப்படுகின்றன? (அருண்குமார் இர., 06-May-2020)

தமிழ் இலக்கணத்தில் காலத்துக்கேற்ற படிமலர்ச்சிகள் உண்டு. நன்னூல் இலக்கணத்திலே..

"பழையன கழிதலும் புதியன புகுதலும்,
வழுவல கால வகையினானே"

எனும் நூற்பாவினை அறிவீர்கள். வழுவல என்றால் குற்றம் இல்லை என்று பொருள்.

கால மாற்றங்களுக்கேற்ப மொழி தன்னைத் தானே தகவமைத்துக் கொள்ளும், அதன் மக்கள் மூலமாய். அவ்வாறு தகவமைத்துக் கொள் வதால்தான் தமிழ் வாழ்கிறது. அவ்வாறு தகவமைத்துக் கொள்ளாத சம்ஸ்கிருதம் போன்ற மொழிகள் இறந்துபட்டன.

இதனால்தான் மொழியை இலக்கணச் செந்தரம் (Standardization) செய்யும் அதே வேளையில், மொழிக்கு அத்துணை நெகிழ்வு கொடுக் கிறார் தொல்காப்பியர். மொழிக்கும் மக்களுக்கும் இடையேயான உறவிற்கு நிறைய நெகிழ்வுகளைத் தொல்காப்பியத்தில் காணலாம்.

அன்றைய தொல்காப்பியத் தமிழ் முதற்கொண்டு இன்றைய அறிவியல் தமிழ்வரை, தமிழ்மொழி அடைந்த படிமலர்ச்சி மாற்றங் கள் எவை? காண்போம்!

- குறிப்பாக நிறுத்தற் குறிகள் (punctuation) என்பது ஒரு படி மலர்ச்சி மாற்றமே! சந்தி என்று ஒரு காலத்தில் இருந்தது. இன்று நிறுத்தற்குறிகள் வந்ததால், சந்தியை விட்டுவிட்டுச் சிலர் எழுது கிறார்கள்.

    இதனை எல்லா இடத்திலும் சந்திப்பிழையாக எடுத்துக்கொள்ள முடியாது, சான்றாக, "எனக்குக் கொடுத்தான்" என்பதில் -க் சந்திக்குப் பதிலாக ஒரு காற்புள்ளி பயன்படுத்துகிறார்கள். "எனக்கு, கொடுத் தான்" என்று எழுதுகிறார்கள். இது ஒரு படிமலர்ச்சியே. ஆனால் இன்னும் புலவர்கள் முழுக்க ஏற்றுக்கொள்ளவில்லை.

- இரண்டாவதாக, -ஐ என்னும் எழுத்தோடு இணைவதால் வரும் உயிர்மெய் எழுத்துகளை எழுதும்போது, சில இடங்களில் வெவ் வேறு மேற்கொம்பு/பக்கச்சுழி இட்டு (பழங்கால கை ளை னை) எழுதினார்கள். இன்றைய காலங்களில், வீரமாமுனிவர்முதல் பெரியார்வரை பலரும் பரிந்துரைத்து, எல்லா -ஐ-உயிர்மெய்க்கும் பக்கச்சுழி இரட்டைச்சுழி மட்டுமே பயன்படுத்தப்படுகிறது. இது கணினி ஒருங்குறிக்கும் உதவியாக உள்ளது. இதுவும் ஒரு படி மலர்ச்சி.

- அடுத்ததாக 'ஔவையார்' என்பதைச் சிலர் 'அவ்வையார்' என்று எழுதுவார்கள். இரண்டுமே சரிதான். இது பெரியாருடைய சீர் திருத்தம் என்று கருதிச் சிலர் அதற்காகவே அதனை மறுக்க முனைகிறார்கள். ஒலிப்பு வருவதால் பெரியாரும் இவ்வாறு எழுதச் சொன்னார் என்பது உண்மையே. ஆனால் இது பெரியாருடைய சீர்திருத்தம் கிடையாது. அவருக்கு 2500+ ஆண்டுகளுக்கு முன்பே, தொல்காப்பியர் செய்த சீர்திருத்தம். "அகரத்து இம்பர் யகரப் புள்ளியும், ஐ என நெடுஞ்சினை மெய்பெறத் தோன்றும்" (எழுத்ததிகாரம் 56)

    அதாவது, 'ஐ' என்ற எழுத்துக்குப் பதிலாக 'அய்' என்றும் 'ஔ' என்ற எழுத்துக்குப் பதிலாக 'அவ்' என்றும் எழுதலாம், எல்லா இடங்களிலும் அல்ல, குறுக்கங்களில் மட்டும்.

    அவ்வை என்றால் முதுமகள், தலைவி என்று பொருள். இன்றும் தெலுங்கில் பாட்டியை அவ்வா என்று அழைக்கின்றனர். வாயை முழுதும் குவித்து 'ஔ' என்று ஒலிக்காமல், சற்றே நெகிழ்வாக 'அவ்' என்று ஒலிக்கும் சூழல்களில், இரண்டு மாத்திரையுள்ள நெடிலை ஒன்றரை மாத்திரையாகக் குறைத்துக்கொள்கிறோம். இது ஔகாரக் குறுக்கம்/ஐகாரக் குறுக்கம் எனப்படுகிறது.

இதுபோல எங்கெங்கெல்லாம் குறுக்கம் வருகிறதோ அங்கெல்லாம் 'ஐ' எழுத்தை 'அய்' என்றும் 'ஔ' எழுத்தை 'அவ்' என்றும் எழுதலாம். இது தொல்காப்பிய முறைமை. சிலப்பதிகாரத்தி லேயே ஔவை என்பதை அவ்வை என்றுதான் இளங்கோவடிகள் எழுதுகிறார்.

- பின்னாளில், வீரமாமுனிவர் நிறைய தமிழ் எழுத்துச் சீர்திருத் தங்கள் செய்திருக்கிறார். எழுத்துச் சீர்மையின் அருமை, இன்று ஒருங்குறி (Unicode) வந்த பிறகுதான், நாமே உணர்கிறோம்.

- சிலர் வாழ்த்து-க்கள் என்பதை வாழ்த்து-கள் என்றும் எழுது கிறார்கள். இரண்டுமே சரிதான், எழுத்து-க்கள் என்றுதான் நச்சினார்க்கினியர் தொல்காப்பிய உரை செய்கிறார். இவை யெல்லாம் தமிழில் காலத்துக்கேற்ப நடந்த படிமலர்ச்சிகள்.

அடிப்படை மட்டுமே மாறக் கூடாது. ஒலி, எழுத்து, காலம் இவை யெல்லாம் அடிப்படை.

நேற்று வந்தாள் என்பதே சரி, நேற்று வருவாள் அல்ல. காலம் காட்டும் இடைநிலைகள் மாறாது. மாறினால் மொழிக் குழப்பம் வந்துவிடும். அடிப்படைகள் மாறாது, ஆனால் சொல்/பொருள் இவையெல்லாம் காலத்துக்கு ஏற்றாற் போல் மாறும்.

- ஒரு காலத்தில், நாற்றம் என்ற சொல் இருந்தது. இதற்கு மணம் என்ற பொருள். அது நல்ல மணமோ/கெட்ட மணமோ, அடிப்படையில் மணம் என்றுதான் பொருள். ஆனால் இன்று அதன் பொருள் கெட்ட மணம் ஆகவே பயன் படுத்தப்படுகிறது.

இது போல் காலத்துக்கு ஏற்பச் சில சொல்/பொருள் மாறும். இவையெல்லாம் ஒரு நெகிழ்வின் பாற்பட்டு மாறுபவையே. சங்க காலம் தொட்டு அறிவியல் காலம்வரை நிறைய மாற்றங்களைத் தமிழ்மொழி கண்டுள்ளது.

- இன்னொரு தமிழ் இலக்கணப் படிமலர்ச்சி, வேற்றுமை உருபுகள்!

ஐ ஆல் கு/ இன் அது கண் என்று 7 வேற்றுமை உருபுகள் தமிழில் உள்ளன.

என்+ஐ=என்னை, என்+ஆல்=என்னால், என்+கு=எனக்கு என்று பகுதிச் சொல்லோடு உ ருபு சேர்த்துச் சூழலுக்கு மாற்றும் முறை.

இந்த ஏழு வேற்றுமை உருபுகளோடு, சில சொல்லுருபுகளும் உண்டு. என்+அது வீடு என்று சொல்லுமிடத்தே, என்னுடைய வீடு என்றும் சொல்கிறோம். உடைய = சொல்லுருபு.

இதில் கண் என்பது ஓர் உருபாக முன்பு இருந்தது. மதுரைக் கண் வீடு என்பது, மதுரை நகரில் வீடு என்று பொருள்படும். ஆனால் இன்று யாரும் மதுரைக் கண் வீடு என்று பயன்படுத்துவது இல்லை. மதுரையில் வீடு என்றே சொல்கிறோம். கண் என்னும் உருபு மறைந்துவிட்டது.

சில சொல்லுருபுகள் மறைந்து, புது உருபுகள் வந்துவிட்டன. கண் என்ற சொல்லுக்கு வேறு பொருட்களும் இருப்பதனால், உடல் உறுப்பாக கண் என்ற சொல் பயன்படுவதால், இது போன்ற சொல் லுருபுகள் மாற்றம் அடைந்துவிட்டன. இவை இந்த நூற்றாண்டில் மாறிய படிமலர்ச்சி.

இலக்கணம் என்ற தலைப்பில் வராவிட்டாலும், எழுத்துச் சீர்திருத்தம் (சீர்மை) என்பதும், சமகாலத்தில் தோன்றிய மாற்றமே. வீரமாமுனிவர்முதல் பெரியார் ஈ.வெ.ரா.வரை, பலரும் இத்தமிழ் எழுத்துச் சீர்திருத்தத்துக்குப் பங்களிப்பு செய்துள்ளனர். அன்றே செய்த சீர்திருத்தம், இன்று கணினிக் கால Unicode எழுத்துருவுக்கும் மிகப் பயனுள்ளதாய் அமைந்துவிட்டது!

இதுபோல இன்னும் நூறாண்டுகள் கழித்தும், ஐநூறு ஆண்டுகள் கழித்தும், தமிழ்மொழி மாறிக்கொண்டே இருக்கும். தன்னைத் தானே தகவமைத்துக் கொண்டு இருக்கும்.

அதற்கான அடிப்படையை நமக்குத் தொல்காப்பியர் கொடுத்திருக் கிறார். நாம் அதனை, அடுத்த தலைமுறைக்குக் கொடுக்க வேண்டும். படிமலர்ச்சியே மனித வாழ்வும் வரலாறும்!

15

தமிழ் இலக்கணப்படி ஒரு பெயர் எந்த எழுத்துகளில் துவங்கக் கூடாது?

கேள்வி: *தமிழ் இலக்கணப்படி ஒரு பெயர் எந்தெந்த எழுத்துகளில் துவங்கக் கூடாது? (Quora User, 10-May-2020)*

தமிழ்மொழியின் எழுத்துகளில், மொழிமுதலெழுத்துகள் என்றொரு வரையறை உளது. அதாவது ஒரு சொல்லின் (மொழியின்) முதலெழுத்தாக, எந்தெந்த எழுத்துகள் வரலாம்? எந்தெந்த எழுத்துகள் வரக் கூடாது? என தொல்காப்பிய இலக்கணத்தில் வரையறுக்கப் பட்டுள்ளது.

தமிழ் இலக்கணம் என்பது எழுத்திலக்கணம், சொல்லிலக்கணம் பொருளிலக்கணம் என மூன்று பெரும் பகுப்பைக் கொண்டது. தமிழ் இலக்கணத்தைப் பல நூல்கள் வரையறுத்தாலும் தொல்காப்பியத்தை மிஞ்ச எந்தப் பின்னாள் நூல்களாலும் முடியவில்லை. அதற்கு காரணம், தொல்காப்பியம் நிறைய நெகிழ்வு கொடுத்திருக்கிறது தமிழ்மொழிக்கு!

தொல்காப்பியத்துக்குப் பின் வந்த பல இலக்கண நூல்களும், அதன் ஆசிரியர்களும், எழுத்திலக்கணத்தையோ சொல்லிலக்கணத்தையோ பொருளிலக்கணத்தையோ அல்லது ஏதோ ஒன்றையோ இரண்டையோ தொட்டார்களே ஒழிய, மூன்று இலக்கணத்தையும் தொட்டவர் குறைவே. மூன்று இலக்கணத்தையும் தொட்டு, அத்துணை நுட்பமாக விளக்கியது தொல்காப்பியர் மட்டுமே!

தொல்காப்பியர் அவராகவே தன விருப்பபடி எந்த ஒரு விதியையும் புகுத்திவிடவில்லை. எந்த மாதிரியான இயற்கைச் சூழலில் தமிழினுடைய ஒலிகள் பிறக்கும் என்று தனக்கு முன்னுள்ள சமூகவியலில் ஆய்ந்து அறிகிறார். ஒரு மொழி என்பது ஒரு மந்திரக்கோலில்

இருந்து பிறப்பதில்லை. ஒரு மொழி என்பது மக்கள் பேசப்பேச படிமலர்ச்சி *(Evolution)* அடைகிறது. படிமலர்ச்சியின் போது அதற்கு உண்டான இயல்பான ஒலிப்பில் எழுத்துகள் எவ்வாறு பிறக்கின்றன? **வல்லினம் (கசடதபற), மெல்லினம் (ஙஞணநமன), இடையினம் (யரலவழள)** எல்லாமே ஒன்றுடன் ஒன்று எவ்வாறு இயைந்து ஒரு சொல் உருவாகிறது? என்பதை ஓர் ஒலியியல் பொறியாளர் *(Sound Engineer)* போல எழுத்ததிகாரத்தில் ஒலிப்புகளையும், எழுத்துகளையும் சொல்கிறார்.

"எழுத்தெனப் படுப: அகர முதல னகர இறுவாய் முப்பஃதென்ப" என்று 30 எழுத்துகள் மட்டுமே அடிப்படைத் தமிழெழுத்துகள் என்று தொல்காப்பியர் நவில்கிறார். 247 தமிழெழுத்துகள் என்று சொல்லி அச்சுறுத்தவில்லை. முதலெழுத்துகள் முப்பது மட்டுமே எழுத்தெண்ணிக்கைக் கணக்கில் கொள்ளப்படும். சார்பெழுத்துகள் எனப்படும் உயிர்மெய் எழுத்துகள், ஆய்தம், குற்றியலுகரம், குற்றியலிகரம் போன்றனவற்றை அடிப்படைக் கணக்கில் கொள்வதில்லை. இது சம்ஸ்கிருதம், பிரெஞ்சு, செருமானியம் போன்ற பல மொழிகளுக்கும் பொருந்தும். மூல எழுத்துகள் மட்டுமே கணக்கில் கொள்ளப்படும்.

- 12 உயிர் எழுத்துகளும் சொல்லின் முதலாக வரும். (அ, ஆ, இ, ஈ, உ, ஊ, எ, ஏ, ஐ, ஒ, ஓ, ஔ)
- 18 மெய்யெழுத்துக்களும் சொல்லின் முதலாக ஒருபோதும் வாரா.

  (க், ங், ச், ஞ், ட், ண், த், ந், ப், ம், ய், ர், ல், வ், ழ், ள், ற், ன்)

அடுத்து உயிர்மெய் எனப்படும் சார்பெழுத்துக்களில் எவை சொல் முதலாக வரும் எனப் பார்ப்போம்.

- வல்லினத்தில் க, த, ப இவற்றின் கூட்டிலுள்ள 12 சார்பெழுத்துகளும் சொல்லுக்கு முதலாக வரும் (க முதல் கௌ வரை, த முதல் தௌ வரை, ப முதல் பௌ வரை); சகர வரிசையில் சௌ மட்டும் மொழிமுதலில் வாராது!
- மெல்லினத்தில் ந, ம மற்றும் இவற்றின் கூட்டான 12 சார்பெழுத்துகளும் சொல்லுக்கு முதலாக வரும் (ந முதல் நௌ வரை, ம முதல் மௌ வரை). பிற எழுத்துகளில் பல்வேறு கட்டுப்பாடுகள் உள்ளன. ங மட்டும் வரும் ("ஙப்போல் வளை" ஆத்திசூடியை நினைவில் கொள்க). ஞ,ஞா,ஞெ,ஞொ வரும்.

- இடையினத்தில் ய, யா, யு, யூ, யோ வரும். வு, வூ, வொ, வோ தவிர பிற வரும். இப்படிப் பல ஒலிப்பியல் சீர்மைகள்.

இத்தனையும் நினைவு வைத்துக் கொள்வதைவிட, எவையெல்லாம் மொழிமுதலாக வராது என்பதைத் தெரிந்துகொள்வது எளிது!

ட, ண, ற, ன & ர, ல, ழ, ள எனும் இந்த 8 எழுத்துகளும், மொழி முதலாக ஒருபோதும் வராது!

சான்றாக டம்ளர் என்றாலே அது வேற்று மொழி என அறியலாம். போலவே ரவி, ராகவன், லட்டு போன்றவை வேற்று மொழி எனவும் அறியலாம்.

ழகரம் தமிழுக்கே உரிய சிறப்பெழுத்தாகிலும் அது இடையினம் என்பதால் "ழ" மொழிமுதலாக வராது.

"ச" வரிசையில் ச, சை, செள மொழிமுதலாக வராது என்று ஒரு காலத்தில் தவறான புரிதல் இருந்தது. தொல்காப்பியத்தின் ஓலையை தவறாகப் படி எடுத்துக்கொண்டதால் வந்த குழப்பம் அது. "சகரக் கிளவியும் அவற்றோர் அற்றே; அவையௌ என்னு மொன்றலங்கடையே" (அவை ஒள என்னும் ஒன்று அலங்கடையே) என்ற தொல்காப்பிய நூற்பா, "அ ஐ ஒள என்னும் மூன்று அலங்கடையே" எனத் தவறாகப் புரிந்து கொள்ளப்பட்டது, பிரிக்க மாட்டாமால் சேர்த்தெழுதலால்!

பின்பு மயிலைநாதர் இதைச் சரியாகப் படி கண்டு திருத்தியருளினார். "சரி, சமழ்ப்பு, சட்டி, சருகு, சவடி, சளி, சகடு, சட்டை, சவளி, சவி, சரடு, சந்து, சதங்கை, சழக்காதி ஈரிடத்தும் வந்ததனால் சம்முதலும் வை" என்று தேற்றம் கண்டார். சகர வரிசையில் "செள" மட்டுமே மொழி முதலாக வராது (ஒன்று அலங்கடையே). சான்றாகச் செளபாக்கியம் என்பது வடமொழிச் சொல்)

ஆகையால் தமிழ் இலக்கணப்படி ஒரு பெயர், எந்தெந்த எழுத்துகளில் துவங்க வேண்டும் என்று நினைவிற் கொள்வதைவிட, எந்தெந்த எழுத்துகளில் துவங்கக் கூடாது என்பதை நினைவில் கொள்ளுதல் எளிது. ட, ண, ற, ன, -ர, ல, ழ, ள என்ற எட்டு எழுத்துகளில் பெயரோ சொல்லோ துவங்காது. துவங்கினால், அவை தமிழ் அல்ல என்று உணர்தல் எளிது.

16

திருக்குறளில் கண்ணோட்டத்தை உயர்த்தி/ஒதுக்கி முரண்படுவது ஏன்?

கேள்வி: திருக்குறளில் கண்ணோட்டம் என்பது எதைக் குறிக்கும்? அதன் அதிகாரத்தில் அதனை உயர்த்தியும் மற்ற அதிகாரங்களில் அதை ஒதுக்கக் கோரியும் வள்ளுவர் கூறுவது ஏன்? *(Madhu Prasanna, 06-May-2020)*

கண்ணோட்டம் என்பது பொதுவாக இரக்கம் என்பதைக் குறிக்கும் சொல். கண்+ஓட்டம், அதாவது கண்கொண்டு பிறர் நிலையைப் பார்த்துச் செயலோட்டம் செய்வது.

கண் ஓட்டம் என்பது வேறு, கண் நோட்டம் என்பது வேறு. கண்ணை ஓட விடுவது. நம் கண்ணால் இன்னொருவர் நிலைமையில் இருந்து பார்ப்பது (Empathy).

ஐயன் வள்ளுவன் எங்குமே கண்ணோட்டத்தைத் தாழ்த்திச் சொல்லவில்லை. வெறுமனே சொற்பொருளாய்க் கொள்ளாது, சூழல் அறிந்துகொள்ளத்தக்க சூழல்பொருளே, கண்ணோட்டம்.

உதவி செய்யும் சூழலில், கண்ணோட்டம்=இரக்கம் என்ற சூழல் பொருள். நடுநிலை தவறாது நீதி வழங்கும் சூழலில், கண்ணோட்டம் கூடாது=இரக்கம் / சார்புநிலை கூடாது என்ற இன்னொரு சூழல் பொருள். இதையே ஐயனின் குறளில் காண்கிறோம்.

"பண் என்னாம் பாடற்கு இயைபு இன்றேல் – கண் என்னாம்
கண்ணோட்டம் இல்லாத கண்?" (அதிகாரம்: கண்ணோட்டம்)

இந்தக் குறளில், கண்ணோட்டம் என்பது நாம் காட்ட வேண்டிய இரக்கம்! "பண் (ராகம்) ஒரு பாடலுக்கு இயைந்து வராவிட்டால், பயன் ஏதுமின்றிப் பாடலே கெட்டுவிடும். அது போல் ஒருவரின் கண்களில் இரக்கம் இயைந்து வராவிட்டால், அந்தக் கண்களால் என்ன பயன்?" என்று வினவுகிறார் ஐயன்.

"ஓர்ந்து, கண் ஓடாது, இறை புரிந்து -யார்மாட்டும்
தேர்ந்து செயவஃதே முறை" (அதிகாரம்: செங்கோன்மை)

இந்தக் குறளில், கண்ணோட்டம் கூடாது என்ற நடுநிலைமைச் சூழல். "ஆராய்ந்து, யாரிடமும் கண்ணோட்டம் (இரக்கம்) காட்டாது, இறையாண்மை புரிந்து, எவராயினும் அவர் செய்கை தேர்ந்து செய்வதே அரசியல்முறை!" என்று செங்கோலுக்கு விளக்கம் சொல்கிறார் ஐயன்.

ஓர் இடத்தில் கண்ணோட்டம் வேண்டும் என்றும், இன்னோர் இடத்தில் கண்ணோட்டம் கூடாது என்றும் சொல்வது முரண் அல்ல! சூழலுக்கேற்ற அறம்!

குறளை அதிகாரம்/இயல் அறிந்து வாசித்தலே நலம்.

எல்லாக் குறளும் எல்லாருக்குமானது அல்ல!

புதல்வரைப் பெறுதல்=இல்லறவியல்; புலால் மறுத்தல்=துறவற வியல்.

அவரவர் சூழலுக்கேற்ப நெறிகள் பகரும் ஐயன் வள்ளுவன். சூழல்பொருளே திருக்குறளை ஆழ்ந்து வாசிக்கும் வழி!

இரக்கம் என்ற சொல்லே, இரத்தல் என்ற பொருளும் கொள்கிறது. இரத்தல் என்றால் ஒன்றை வேண்டி நிற்றல். இரவல் கேட்பது போல, கையேந்தி நிற்கும் நிலைமை.

ஒருவன் கையேந்தி நிற்கும் போது அவன் துன்பத்தை யோசித்து நம் மனதில் பிறப்பது இரக்கம். அவன் இரத்தல் செய்கிறான், நாம் இரக்கம் காட்டுகிறோம். கண்ணோட்டம் என்பது அந்தப் பார்வை, அந்தப் பார்வையினால் உண்டாகும் இரக்கம்!

சில அதிகாரங்கள் இரக்கம் என்பதை உயர்த்திச் சொல்லும் (இரவு அதிகாரம்); "அய்யோ அவன் மெய்யாலுமே துன்பப்படுகிறான், முடிந்தால் உதவுங்களேன்" என்று ஈபவர்க்குச் சொல்லும் அதிகாரம்.

சில அதிகாரங்கள், இரத்தல் கூடாது என்பதை உயர்த்திச் சொல்லும் (இரவு அச்சம்); "ஒருவர் இரக்கம் காட்டுகிறார் என்பதற்காகவே, இதான் சாக்கு என்று நீ போய் மானம் விட்டு இரந்து விடாதே, முதலில் நீ பொருளீட்ட முயன்று பார்" என்று இரப்பவர்க்குச் சொல்லும் அதிகாரம்.

இவை முரண்பாடு அல்ல! சூழலுக்கு ஏற்றாற் போல் சொல்லப்படுவது, சூழவறியாமல் படிக்கும் நமக்கு வேறுபாடாகத் தோன்றுகிறது. அதிகாரம்/இயல் அறிந்து குறள் வாசித்தால், முரண்கள் மறைந்து, குறளின் வாழ்வியல் செறிவு, வாழ்க்கையின் பல சூழல்களில் இனிக்கும்!

17

'விலையில்லா' என்று இலவசத்துக்கு மாற்றாகப் பயன்படுத்தல் சரியா?

கேள்வி: 'விலையில்லா' என்றால் மதிப்பில்லாத (priceless) என்பது தானே பொருள்? இலவசத்துக்கு மாற்றாகப் பயன்படுத்துவது சரியா? 'மற்றும்' என்பது தமிழ்ச் சொல்லா? பண்டைய நூல்களில் இச்சொல் காணக் கிடைக்கவில்லையே? (Gobi Nath, 06-May-2020)

யார் சொன்னது?

பண்டைய நூல்களில் கிடைக்கிறதே, 'மற்றும்' என்ற சொல்!

நுண்ணிய நூல்பல கற்பினும் – 'மற்றும்' தன்

உண்மை அறிவே மிகும். (குறள் 373, ஊழ் அதிகாரம்)

திருக்குறளிலேயே இருக்கிறது 'மற்றும்' என்ற சொல்.

ஆம், 'மற்றும்' என்பது தமிழ்ச்சொல்தான். ஐயமே தேவையில்லை.

விலையில்லா என்பது உண்மையில் நல்ல சொல்தான்.

மதிப்பு வேறு; விலை வேறு.

மதிப்பு என்பது Value. விலை என்பது Price. இரண்டும் வெவ்வேறு.

Price என்பது ஒரு பொருளைப் பெற நாம் கொடுக்கும் விலை. ஓர் ஓவியத்துக்கு ஒரு 'விலை'யை (Price) கொடுக்கலாம்.

ஆனால் ஓவியத்தின் 'மதிப்பு' (Value) விலை இல்லாதது. எனவே Value என்பது மதிப்பு, Price என்பது விலை.

Priceless என்பது விலை இல்லாதது என்ற ஆக்கம் சரியே. இலவசம் (லவலேசம்/ लवलेश) தமிழ்ச் சொல் அல்ல என்பதால் விலையில்லா என்ற சொல்லையே பயன்படுத்துவோம். புழங்குவோம்.

18

தமிழில் 'ஓர்'/'ஒரு' ஆகியவற்றை எங்கே பயன்படுத்த வேண்டும்?

கேள்வி: தமிழில் "ஓர்" "ஒரு" ஆகியவற்றை எங்கெங்கு பயன்படுத்த வேண்டும்? *(சங்கர், 08-May-2020)*

தமிழில் ஒரு/ஓர் என்பது, ஆங்கிலத்தின் A/An போல் அல்ல! அதை முதலிற் சொல்லிவிடுகிறேன்! தமிழில் இரு/ஈர்கூட உண்டு.

- உயிரெழுத்துக்கு முன் "ஓர்"/"ஈர்" என்பது கட்டாயம்.
- உயிர்மெய் எழுத்துக்கு முன் "ஒரு" என்பதும் வரலாம், "ஓர்" என்பதும் வரலாம்.

நிறைய பேர் இதைத் தப்பாகப் புரிந்துகொள்கிறார்கள். உயிரெழுத்துக்கு "ஓர்", உயிர்மெய்க்கு "ஒரு" என்று தாமாகக் கற்பிதம் உருவாக்கிக்கொள்கிறார்கள். இது ஆங்கிலம் போல A/An கிடையாது. இது போல "இரு" மற்றும் "ஈர்" என்பதும் உள்ளது. ஒருடல் ஈருயிர் என்கிறோம்.

ஆனால் உயிரெழுத்து அல்லாத சொற்களில், ஒரு பொருள் என்றும் சொல்லலாம், ஓர் பொருள் என்றும் சொல்லலாம். இது இலக்கணத்திலேயே இருக்கிறது. "நாட்டுதும் யாம் ஓர் பாட்டுடைச் செய்யுள்" என்று சிலப்பதிகாரத்திலும வரும். ஒரு பாட்டுதானே? ஓர் பாட்டு எப்படி? என்று வீணாக மயங்குவர் சிலர். இது ஒரு கவித்துவ விதிவிலக்கு *(poetic justice)* அல்ல.

இலக்கியம் அல்லாத இலக்கணத்திலும் இப்பயன்பாடு உண்டு. தொல்காப்பிய/நன்னூல் உரைகளிலேயே ஓர் புறநடை என்று எழுதப்பட்டிருக்கும். "பு" என்பது உயிர்மெய்தான், ஆனாலும் "ஓர்" முன் வரலாம். (தரவு: ஐ ஔ என்னும் ஆயீ ரெழுத்துக்கு இகர உகரம் இசைநிறைவாகும். இஃது, மேலதற்கு "ஓர்" புறனடை உணர்த்துதல் நுதலிற்று -இளம்பூரணர் உரை)

ஓர் எழுத்தாளர் என்கிறோம். ஒரு கவிஞர் என்கிறோம். ஓர் கவிஞர் என்றும் சொல்லலாம். ஆனால் ஒரு எழுத்தாளர் என்பது தவறு.

இன்னும் சொல்லப்போனால், தொல்வழக்கப்படி "ஓர் எழுத் தாளர்" என்பதுகூடப் பிழையே. உயர்திணைக்கு, "எழுத்தாளர் ஒரு வர்" என்பதே சரி. அஃறிணைக்கு மட்டுமே "ஒரு"/"ஓர்" முன்னாடி வரும். உயர்திணைக்கு "ஒரு"/"ஓர்" முன்னாடி போடும் பழக்கம் பழங்காலத்தில் கிடையாது. இன்று சற்றே மாறிவிட்டது.

இந்த "ஒரு/ஓர்" என்பவை உருவாகிய காரணம், எண்ணுப்பெயர் *(numeric names)* புணர்ச்சியின் பொருட்டே! இதை ஆங்கிலத்துடன் *(a/an)* குழப்பிக்கொள்ள வேண்டாம். ஆங்கிலத்தில் இலக்கணம் வேறு. தமிழ் இலக்கண நுட்பம் வேறு.

எண்ணுப்பெயர்ப் புணர்ச்சியைப் பற்றிய தொல்காப்பிய நூற்பா தரவு: "முதலீர் எண்ணின் முன் உயிர்வரு காலை, தவலென மொழிப உகரக் கிளவி, முதனிலை நீடல் ஆவயினான".

எண்களுக்கு முன் உயிரெழுத்து வந்தால் மட்டுமே, அதுவும் அஃறிணையிலே, முதலெழுத்து நீட்டித்து நெடிலாகும் என்பதே இதன் பொருள்.

ஆகவே உயிரெழுத்துக்கு முன் "ஓர்" என்பது கட்டாயம். ஆனால் உயிர்மெய் எழுத்துக்கு முன் "ஒரு"/"ஓர்" இரண்டும் வரலாம் என்று அறிக.

(சுருக்கச் சான்று:)

- *ஓர் உலகம் = சரி*
- *ஒரு உலகம் = சரியில்லை*
- *ஒரு மொழி = சரி*
- *ஓர் மொழி = சரியே*
- *ஓர் அறிஞர் = காலத் தேய்வு*
- *அறிஞர் ஒருவர் = நல்ல தமிழ்!*

19

வல்லினம் மிகும் இடம் / மிகா இடம் பற்றி இலகுவாக அறிய வழி என்ன?

கேள்வி: இரண்டு சொற்களைச் சேர்த்து எழுதும் போது இடையில் வல்லினம் மிகும் இடம், மிகா இடம் பற்றி இலகுவாக அறிந்து கொள்ளும் வழி என்ன? (முகிலன், 10-May-2020)

தமிழில் சொற்களைச் சேர்த்து எழுதும் போது, சந்தி மிகும்/சந்தி மிகாது என்ற வரையறையில், 2ஆம் வேற்றுமை உருபு ("ஐ") வரும் போது கட்டாயம் மிகும்.

சான்றாக "திருக்குறளைப் போற்றுவோம்" என்பதில் குறள்+ஐ+ போற்றுவோம், இதில் வல்லினம் மிகும். "ப்" வரும். குறளைப் போற்றுவோம்.

ஆனால், "தீக்குறளை சென்று ஓதோம்" என்ற ஆண்டாளின் திருப் பாவையில் வல்லினம் மிகாது. ஏனெனில் அது "ஐ" உருபு அல்ல, அந்த மூலச் சொல்லே 'குறளை' (Rumour) தான். குறளை+ஐ+ஓதோம், குறளையை (Rumour-ஐ) ஓதோம்!

கவிதாயினி ஆண்டாள் திருக்குறளை ஓத மாட்டோம் என்று ஒருக் காலும் சொல்லவில்லை. மாறாகத் தீய குறளையை (Rumour-ஐ) ஓத மாட்டோம் என்றுதான் சொல்கிறாள். அதனால்தான் அங்கே அவள் "ச்" போடவில்லை. குறளை"" சென்று ஓதோம் என்றுதான் அவள் பாடலில் உள்ளது. குறளை"ச்" சென்று ஓதோம் என்று அவள் பாடலில் இல்லை. இந்த வேற்றுமை உருபு நுட்பம் அறியாத சிலர், ஆண்டாள் திருக்குறளைப் பழித்துவிட்டதாகப் பிழையாக எண்ணிக் கொண்டார்கள். அதனால்தான் வேற்றுமையுருபு இலக்கணம் அறிய வேண்டும் என்பது!

அடுத்த சான்று: "வெற்றிலை பாக்கு". இதில் "ப்" வராது. அதாவது சந்தி வராது. ஏனெனில் உம்மைத் தொகை. வெற்றிலை(யும்) பாக்(கும்).

இது ஏன் என்ற காரணம் சொல்லிவிடுகிறேன். ஏனெனில் வெறு மனே மிகும்/மிகாது, வரும்/வராது என்று சொன்னால், இது யாரோ எழுதிவைத்த விதியாகிவிடும். ஆனால் தமிழ் அவ்வாறு வெத்து விதிகளைப் பிடித்துத் தொங்கும் மொழி அன்று. தமிழில் இலக்கண விதிகள், செந்தரம் (*Standardization*) செய்ய மட்டுமே. அதே சமயம் மக்கள் நெகிழ்வோடும் அணுகும் மொழி தமிழ். அதுதான் தமிழின் சிறப்பியல்பு.

அந்தக் காலத்தில் தமிழ்மொழியில் நிறுத்தற்குறிகள் (*Punctuation Marks*) கிடையாது. நிறுத்தற்குறிகள் அல்லது தரிப்புக்குறிகள் (ஈழ வழக்கு) பின்னாளில் மேற்குலக நாகரிகத்தோடு பழகும் போதே நமக்கு அறிமுகமாகிறது. அதுவரை இந்தச் சந்திதான் நமக்கு நிறுத்தற்குறிகளைப் போல், வாக்கியத் தெளிவுக்கு உதவின.

"பரிசை மன்னவன் எனக்குக் கொடுத்தான்" என்பன போன்ற பெரிய வாக்கியங்களில் எங்கே நிறுத்துவது என்பதை உணர்த்த, ஒரு காற்புள்ளி (*Comma*) இல்லாத காலத்தில், "க்" என்ற சந்தியைச் சேர்த் தார்கள். எனக்கு, கொடுத்தான் (அல்லது) எனக்குக் கொடுத்தான்.

அந்தக் காலத்தில் நிறுத்தற்குறிகள் இல்லாததால் இருசொற்களுக்கு இடையே சந்தி சேர்க்கப்பட்டது. இப்போது நமக்கு நிறுத்தற்குறிகள் பயன்பாட்டில் இருப்பதால், எல்லாச் சந்திகளிலும் அத்துணைத் தீவிரம் காட்ட வேண்டியதில்லை. எங்கு பொருள் மாறிவிடுமோ அங்கு சந்தி காப்பாற்றி, பிற இடங்களில் சந்திக்குப் பதிலாக *Punctuation Mark* சேர்த்துக்கொள்ளலாம். இது ஒருவகை நெகிழ்வே.

இலக்கண நூல்கள் எவற்றிலும், பிற விதிகள் போல், இந்த இடத்தில் சந்தி வரும், இந்த இடத்தில் சந்தி வராது என்ற நூற்பாக்களே இருக்காது. மிகும்/மிகாது என்பது ஒரு பொதுவான புரிதலில்தான் நடக்கிறது, வாக்கிய ஒழுங்கின் பொருட்டு.

தமிழ் நடைக் கையேடு என்ற நல்ல நூலொன்று இருக்கிறது. இந்திய மொழிகளின் நடுவண் நிறுவனம் (*Central Institutue of Indian Languages*) வெளியிட்டது. அச்சுப் புத்தகமாகவும் கிடைக்கிறது. தமிழ் இணையக் கல்விக் கழக வலைத்தளத்திலும் கிடைக்கிறது (|TVU|). அது எங்கெல்லாம் சந்தி வரும்/வராது என்பதற்கான சூழலையும்

நெகிழ்வையும் கூறுகிறது, குறிப்பாக நிறுத்தற்குறிகள் வந்துவிட்ட இக்காலத்தில்!

நீச்சல்காரன் என்கிற மென்பொருள் ஆற்றுநர் ஒருவர், நாவி (Naavi) என்றொரு செயலியும் செய்துள்ளார். அதிலும் வாக்கியத்தை உள்ளிட்டுச் சந்திகளைச் சரிபார்த்துக் கொள்ளலாம். அந்த நாவி என்ற செயலியில் 'திருசெந்தூர்' என உள்ளிட்டால் 'திருச்செந்தூர்' என திருத்தித் தரும்.

மதிப்பெண்களுக்காக மட்டுமே இயங்காமல், நாம் மொழிசார்ந்த புரிதலில் இயங்கும்போது, ஆங்காங்கே சந்திக்குப் பதிலாக நிறுத்தற் குறிகளைப் பயன்படுத்தலாம். ஏனெனில் சந்தியின் நோக்கமே, நிறுத்தற்குறிகள் இல்லாத காலத்தில் நிறுத்தப் போடப்பட்டது தானே?

ஆங்கிலத்தில், நீதிபதி ஒருவர் எழுதிய அலங்காரமான தீர்ப்பு, ஒரேயொரு நிறுத்தற்குறியால் தலைகீழாக மாறி உயிருக்கே உலை வைத்துவிட்டது என்று வேடிக்கைக்குச் சொல்வார்கள். "Kill him not, leave him" என்பது தீர்ப்பு. ஆனால் அது "kill him, not leave him" என ஒரேயொரு காற்புள்ளியால் தவறாகப் புரிந்துகொள்ளப்பட்டுத் தீர்ப்பே மாறிப்போனது. அதனால் நிறுத்தற்குறிகள் (தரிப்புக்குறிகள்) எவ்வளவு இன்றியமையாதவை என விளங்கும்.

சுருக்கமான பட்டியல் இதோ:

- அ, இ, உ சுட்டெழுத்துகள், அந்த, இந்த, அப்படி, இப்படி போன்ற சுட்டுச் சொற்களுடன் சந்தி மிகும். (சான்று: அந்தச் சிறுவன், இந்தச் சிறுமி, அப்படிச் செய்தேன், இப்படிச் செய்தேன்)

- ஈறுகெட்ட எதிர்மறைப் பெயரெச்சம் -இதில் சந்தி மிகும். (சான்று: படிக்காச் சிறுவன் (படிக்காத+சிறுவன்). "த" என்ற ஈறு கெட்டுவிடுகிறது. அதனால் "ச்" வருகிறது)

- இருபெயரொட்டுப் பண்புத்தொகை -இதிலும் ஒற்று மிகும். இரு பெயர்களை ஒரு பண்பில் ஒட்டும்போது வல்லினம் மிகும். (சான்று: திருத்தணிகை (திரு+தணிகை) திருச்சிராப் பள்ளி (திரு+சிராப்பள்ளி), ஈழத்தில் திருக்கோணமலை (திரு+கோண மலை). அது திரிகோணமலை கிடையாது)

- அளவு சொல்லும் இடங்கள் அத்தனை, இத்தனை, அவ்வளவு, இவ்வளவு – இங்கெல்லாம் சந்தி வராது. (சான்று:

எத்தனை காசு, எவ்வளவு பணம்); ஆனால், அத்துணை என்பதில் மட்டும் சந்தி வரும். (சான்று: அத்துணைப் புகழ்); ஏனென்றால் புகழ் (Qualitative) அளவிட முடியாதது; காசு (Quantitative) அளவிட முடியும்.

- வினைத்தொகையில் மிகாது. (சான்று: ஊறுகாய், சுடுசோறு). வினைத்தொகை. முக்காலத்தையும் காட்டுவது, ஊறிய காய், ஊறுகின்ற காய், ஊறும் காய்

- உம்மைத்தொகையிலும் சந்தி மிகாது. (சான்று: வெற்றிலை பாக்கு (வெற்றிலையும் பாக்கும்)

- அடுக்குத்தொடரிலும் சந்தி மிகாது. (சான்று: வெற்றிவெற்றி, தீதீ என்று சொல்லும் போது சந்தி மிகாது. தீத்தீ என வராது)

- சந்திக்கு, இது போல் சிறு பட்டியலை நினைவு வைத்துக் கொள்க.

20

ஆய்த (ஃ) எழுத்தை நாம் ஏன் அதிகம் பயன்படுத்துவதில்லை?

கேள்வி: உயிரெழுத்துகளில் கடைசி எழுத்தான ஃ என்ற ஆய்த எழுத்தை நாம் ஏன் அதிகம் பயன்படுத்துவதில்லை? கிரந்த எழுத்தான ஹ-வுக்குப் பதிலாக, நாம் ஏன் ஆய்த எழுத்தைப் பயன்படுத்தக் கூடாது? அதன் சரியான உச்சரிப்பு என்ன? (Vedha V, 05-May-2020)

முதலில் இவரது கேள்வியைச் சற்றே திருத்துகிறேன். உயிரெழுத்துகளில் கடைசி எழுத்து, ஃ அன்று! ☺

உயிரெழுத்துகள் 12 மட்டுமே,

ஃ என்பது தனி எழுத்து, 'ஆய்த' எழுத்து!

அதை 'ஆயுத' எழுத்து என்பதும் பிழையே. இது கத்தி, துப்பாக்கி போல் எந்த ஆயுதமும் அல்ல.

ஆய்தம் என்பது ஆய்தல் என்று பொருள். ஆய்தல் என்றால் ஆராய்ச்சி/நுணுக்குதல். ஏன் இந்தப் பேரென்றால்: ஒலியை ஆய்ந்து நுணுக்கல்.

தமிழில் வல்லினம் எனப்படும் கசடதபற கூட சற்றே மெலிதாகத் தான் ஒலிக்கிறது. அதற்குப் பெயர் வல்லினம்தான்; ஆனால், அதன் ஒலிப்பு சற்றுச் சன்னமே. சம்ஸ்கிருதம் போல் *ka, kha, ga, gha* என்றெல்லாம் மூச்சு வாங்க ஒலிக்கத் தேவையில்லை. வன்மையிலும் ஒரு மென்மை உண்டு.

அந்த வல்லினத்தையும் ஆய்ந்து நுணுக்க ஆய்த எழுத்து பயன் படுகிறது. அது என்று ஒலிக்கும் போது, "து" என்ற எழுத்தின் மேல் கொடுக்கப்படும் அழுத்தத்தைவிட, அஃது (அhது) என்று ஒலிக்கும் பொழுது மென்மை ஆகிறது. இந்த நுணுக்கமே ஆய்தம்.

உயிர் எழுத்துகளை பழகும் போது இறுதியில் ஆய்த எழுத்தை சொல்லித் தருகிறோம். அப்போது அதனுடைய ஒலிப்பை "அக்கு" என்று சொல்கிறோம். ஆனால், அது பிழையான ஒலிப்பு. அதன் உண்மையான ஒலிப்பு "அh" என்பதே. அதனால்தான் எப்போதும் ஒலிப்பு பழகி, பின்பு எழுத்து பழக வேண்டும்.

எல்லா இடத்திலும் ஆய்த எழுத்தைப் பயன்படுத்த இயலாது. ஏனெனில், அது ஓர் ஒசை நுட்பத்துக்காக வந்த எழுத்து. எப்போதும் ஆய்த எழுத்துக்கு முன்பு குறிலும், பின்பு வல்லின உயிர்மெய்யும் வர வேண்டும். சான்று: எஃகு, கஃசு, அஃது, சிஃபு. இது அன்றாடப் பயன்பாட்டுக்கு உண்டான எழுத்து அல்ல. இது ஒரு சார்பெழுத்து, நுட்ப எழுத்து, மைய நீரோட்ட எழுத்து அல்ல!

இப்போது பலரும் ஃபேன் (fan) என்று எழுதுகிறார்கள். F எனும் ஆங்கிலத்தை ஒலிக்க, ஃ போட்டுக்கொள்கிறார்கள். ஆனால் ஆய்த எழுத்து, "ஹ்" என்ற ஒலியைத்தான் கொடுக்கும். f ஒலி கொடுக்காது. ஃபேன் என்று எழுதினால் "ஹ்பேன்" என்றுதான் ஒலி வரும். அதனால் ஒன்று, பேன் என்று எழுத வேண்டும், அல்லது மின்விசிறி என்று எழுத வேண்டும். இல்லையேல் Fan என்று ஆங்கிலத்தை ஆங்கிலத்திலேயே எழுதிவிடலாம்.

"ஃப்ரெண்ட்" என்று எழுதும் போது "ஹ்ப்ரெண்ட்" என்றுதான் ஒலி. அதனால் நீங்கள் friend என்று எழுத வேண்டியிருந்தால் "நண்பர்" என்று எழுதிவிடுங்களேன்? அல்லது ஆங்கிலத்திலேயே "friend" என்று எழுதிவிடலாமே? எதற்கு பிரண்டு/ ஃபிரண்டு/ ஹ்ப்ரெண்டு? தயவுசெய்து ஆய்த எழுத்தை (F) என்ற ஒலிப்புக்கு மாற்றாகப் பயன்படுத்தாதீர்கள்.

நமக்கு இன்று வரை F என்ற எழுத்தின் தேவை, தமிழில் இருக்கவில்லை. வேறொரு மொழி/பண்பாடு வரும்போதுதான், இது போன்ற எழுத்துகள் தேவைப்படுகின்றன.

வேறொருவரின் மொழிப் பயன்பாட்டுக்காக, நம் மொழியின் அடிப்படை ஒலியை மாற்றுவது சரி இல்லை!

21

தமிழில் ஏன் கிரந்தம் தவிர்க்க வேண்டும்?

கேள்வி: தமிழில் ஏன் கிரந்தம் தவிர்க்க வேண்டும்? (பலராமன் இலட்சுமணன், 05-May-2020)

கிரந்தம் என்பது திணிப்பு. அதனால் அதைத் தவிர்க்க வேண்டும்.

தமிழ்மொழியில், ஜ ஸ ஷ ஹ க்ஷ ஸ்ரீ என்ற எழுத்துகள் கிடையாது. அந்த ஒலிப்புகள் இங்கு தேவையும் படவில்லை. ஆனால் வைதீக மதம் இங்கு வந்து கலந்த போது, அவர்களின் சம்ஸ்கிருத சப்தங்களைத் தமிழில் ஒலிக்க, தமிழ்மொழியையே மாற்ற முனைந்தனர். இந்த எழுத்துகளை அரச ஆதரவோடு தமிழுக்குள் புகுத்தினர். கிரந்தம் என்ற புதிய எழுத்து முறையை உருவாக்கினர். தங்களுடைய வசதிக்காக, இன்னொரு மொழியைச் சிதைப்பதற்குப் பேர்தான் திணிப்பு. திணிப்பு தீது! எனவே தவிர்ப்பு!

இந்தக் கிரந்த எழுத்துகள் நேரடியாகத் தமிழில் இல்லாவிட்டாலும், அதன் ஒலிப்புகள் சில தமிழில் ஏற்கனவே உள்ளன. மஞ்சள் என்பதில் 'ஜ' என்ற ஒலிப்பு இருக்கிறது. இசை என்பதில் 'ஸ' என்ற ஒலிப்பு இருக்கிறது. உலகிலுள்ள ஒவ்வொரு ஒலிப்புக்கும் தனித்தனி எழுத்து வைத்தால், மொழி மிகவும் குண்டாகிவிடும். அதனால், ஒத்த ஒலிப்புகளை ஒரே எழுத்தில் வைத்து, இடச் சூழலுக்கேற்ப ஒலிக்கும் Context Sensitive முறை தமிழில் உண்டு, பிற ஐரோப்பிய மொழிகளிலும் உண்டு.

உலகின் எல்லா மொழிகளிலும் உள்ள ஒலிகளை, ஒரே மொழிக்குள் கொண்டுவருவது இயலவே இயலாது. அந்தந்த மொழி/ இனச் சூழலுக்கான ஒலிகள் மட்டுமே, அந்தந்த மொழிகளில். அதனால்,

தமிழில் Z இல்லையே, ஸ்ரீ இல்லையே என்பதெல்லாம் பொய்யான வாதம். ஆங்கிலம்/ சம்ஸ்கிருத பாஷையில்கூடத்தான் ழ/ற இல்லை. அந்த ஒலி இல்லையே என்று, அங்கு புது எழுத்தைப் புகுத்தினால் விடுவார்களா? ஏனெனில் ழ ஒலிப்பு, அந்த மொழிக்கு/ இனத்துக்குத் தேவையில்லை. ஸ்ரீ/க்ஷ ஒலிப்பு தமிழ்மொழிக்கு/ இனத்துக்குத் தேவையில்லை. இனத் தேவையைப் பொருத்தே மொழியின் எழுத்து!

சொல் என்பதில் துவக்க வல்லினம் ச, (chol) என்று அழுத்தி ஒலிக்கும். இதுவே மெய்யெழுத்தோடு வரும் போதும் இச்சை (ichchai) என்று அழுத்தி ஒலிக்கும். ஆனால் இசை என்பதில் ichai என்று அழுத்தி ஒலிக்காது. Isai என்று அழுத்தாமலே ஒலிக்கும். இதான் இடச்சூழல் Context Sensitive ஒலிப்புமுறை.

இன்று மலையாளத்தில்கூட, சிங்க மாசம் (Chingam) என்று தான் ஒலிப்பார்கள். Singam என்று ஒலிக்க மாட்டார்கள். சிங்க மாத ஓணம்தான் அவர்களுக்குப் புத்தாண்டு, சித்திரை விஷு புத்தாண்டு கிடையாது. அது போல் செம்மீன் (Chemmeen) என்று தான் ஒலிப்பார்கள். ஆனால் சரஸ்வதி (Charaswathi) என்று ஒலிக்க மாட்டார்கள், Saraswathi தான் ஒலிப்பு. ஏனென்றால், சரஸ்வதி அந்நிய மொழிச் சொல்; அது தமிழோ மலையாளமோ அல்ல!

தமிழ் அல்லது மலையாளத்தில் இருந்து வந்த சொற்களை, ச(cha) என்ற துவக்க ஒலிப்போடும், சம்ஸ்கிருதத்தில் இருந்து வந்த சொற்களை, ஸ (sa) என்ற துவக்க ஒலிப்போடும் வேறுபடுத்தி ஒலிப்பதைவைத்தேகூடக் கண்டுபிடித்து விடலாம், அது தமிழ் மொழியா? வேற்று மொழியா? என்று. மலையாளம் அந்த நுட் பத்தை இன்னும் தக்கவைத்துக் கொண்டுள்ளது. ஆனால் தமிழில் தான் ஏனோ, அந்த நுட்பம் சிதைந்துவிட்டது. சென்னை (Chennai) என்பதை, சென்னை (Sennai) என்று ஒலிப்பது பிழை.

கிரந்தம் வேண்டுமென்றே வலிந்து கொண்டுவரப்பட்டது, தமிழல்லாத சம்ஸ்கிருதத்தைத் தமிழில் எழுதுவதற்காக. அவர்களின் சொற்களை அவர்களின் எழுத்திலேயே எழுதிக்கொள்ளலாமே? 3% மக்களுக்காக, 97% மக்களும் மொழியும் பாரம் சுமக்க வேண்டுமா? அது அறமோ/அறிவோ அல்லவே! தமிழில் திணிக்கப்பட்டதுதான் கிரந்தம். திணிப்பு என்பதால்தான் கிரந்தம் தவிர்க்க வேண்டும். எந்தவொரு மானமுள்ள சமுதாயமும், திணிப்பை ஏற்றுக்கொள்ளாது! மானத் தமிழ் வாழ்க!

22

தமிழில் எழுதும் போது பெரும்பாலானோர் செய்யும் பிழைகள் என்ன?

கேள்வி: தமிழில் எழுதும் போது பெரும்பாலானோர் செய்யும் பிழைகள் என்னென்ன? (பலராமன் இலட்சுமணன், 05-May-2020)

பெரிய அளவில் பிழைகள் கிடையாது. ஆங்காங்கே சிறிய அளவில் நடக்கும். அதையெல்லாம் தட்டிக்கொடுத்து ஊக்கமூட்டி, சரிசெய்து விடலாம். பலரும் அதிகம் செய்யக் கூடியவை:

★ லகர ளகர ழகரப் பிழைகள்

★ ரகர றகரப் பிழைகள்

★ ணகர நகர னகரப் பிழைகள்.

இதற்காகத்தான் முதலில் ஒலிப்பு பழகிவிட்டு பின்பு எழுத்து பழக வேண்டும் என்று சொல்வது. குறிப்பாக, மதுரைப் பக்கம் இருக்கும் சிலருக்கு (செந்தமிழ் வளர்த்த மதுரையே ஆனாலும், இன்றைய மதுரையில்) ழகரம் வருவதில்லை. 'ல' அல்லது 'ள' போட்டுச் சமாளித்துக்கொள்வார்கள். "செளிப்பா இருக்காடா" என்பார்கள். இவையெல்லாம் சிறுசிறு பிழைகள்தான். நல்லபடியாக எடுத்துச் சொல்லிப் பழக்கினால், மாறிவிடுவார்கள் தமிழ் மக்கள்.

எடுத்த உடனேயே நாம் இலக்கணத்துக்குப் போய்விடுகிறோம், அதான் பிழையே. முதலில் ஒலிப்பு பழக வேண்டும். எழுத்து பழக வேண்டும். இயல்புச் சொற்கள், வாழ்க்கைச் சொற்களைப் பழக வேண்டும்.

- ஒருமை பன்மை பிழைகள் நிறைய நடக்கின்றன. பன்மை மயக்கம் வரக் கூடாது. "அவை நடந்தன" என்பதே சரி; "அவை நடந்தது" என்று சொலலக் கூடாது.

- போலவே ஒரு/ஓர் பயன்பாடும். அஃறிணைச் சொற்களில் உயிரெழுத்து முதலாய் வரும் போது, ஓர்/ஈர் என்றே பயன் படுத்தல் நலம். உயிரெழுத்து அல்லாத பிற உயிர்மெய்

முதலாய் வரும் சொற்களில், ஒரு/ஓர் என்று இரண்டு பயன் பாடும் சரியே.

சான்று: ஓர் அருவி, ஒரு சொல்; ஓர் சொல் என்று சொன்னாலும் பிழையில்லை; ஆனால் ஒரு அருவி பிழையே; ஓர் அருவி என்பதே சரி.

- காலப் பிழைகளும் கூடாது. நேற்று வந்தாள் என்பதே சரி, நேற்று வருவாள் அல்ல. நாளை வருகிறாள் என்று எழுதாது, நாளை வருவாள் என்பதே சரியான காலம் காட்டும் முறை. காலம், மொழி அடிப்படை!

- சந்திப்பிழை பெரிய குற்றம் கிடையாது. நிறுத்தற் குறிகள்/ தரிப்புக் குறிகள் இல்லாத காலத்தில் சந்தி பயன்படுத்தப் பட்டது. இன்று, காற்புள்ளிகளை (comma) சேர்த்து எழுதிக் கொண்டால் குற்றமில்லை.

- வாழ்த்துக்கள்/ வாழ்த்துகள், கோயில்/ கோவில், மாயிலை/ மாவிலை – இவையெல்லாம் தமிழில் இரட்டைப் பயன் பாடுகள்; இரண்டும் சரியே. ஒன்று மட்டும் சரியில்லை என்று மிகைத்திருத்தம் (Over Correction) செய்வதும் பிழையே! பொழுதுபோக்குக்காக, அறியாமலே மிகைத் திருத்தம் செய்து, மொழிநெகிழ்வை நம் காலத்தில் நாம் அழித்துவிடக் கூடாது.

- அறிவியல் காலத்தில் பெருகிவிட்ட தொழில்நுட்பத்தால், ஆங்கிலச் சொற்களை அப்படியே தமிழில் எழுதுதல் என்பதும் இன்று பலரும் செய்யும் பிழை. 'சூப்பர்' என்று எழுதாமல், 'Super' என்று அதை ஆங்கிலத்திலேயே எழுதி விடுதல்தான் நலம்.

- ஆங்கிலத்தைவிடச் சம்ஸ்கிருதச் சொற்கள்தான், தமிழுக்குத் தீங்கானவை. ஆங்கிலமாச்சும் 'பிகர்' என்று எழுதினால், அது *Figure* என்று யாரும் அறிந்துகொள்ளலாம். ஆனால் வார்த்தை/ அர்த்தம் இவையெல்லாம் பிரித்தறிய முடியாதபடி, இந்தச் சம்ஸ்கிருதச் சொற்களே தமிழ் போல் தோற்றம் காட்டி, ஓர் ஒட்டுண்ணி (*Parasite*) போல் உறிஞ்சிவிடும்.

வார்த்தை/அர்த்தம் விலக்கி, சொல்/பொருள் என்று பழகுவதே, தமிழ்நலம்! இதோ, இந்த வடமொழி விலக்கு அகராதியைப் (*tamilchol.com*) பயன்படுத்திக் கொள்க.

இவைதான் பெரும்பாலோனோர் செய்யும் சிறுசிறு பிழைகள். பிழை செய்வோரைக் கடிந்துகொண்டு திட்டாது, எள்ளி நகையாடாது, தக்க ஊக்கமூட்டுங்கள்! தமிழும் ஊக்கமுறும்!

23

தமிழுக்குப் பதிலாகத் தினசரி பயன்படுத்தும் ஆங்கிலச் சொற்கள் யாவை?

கேள்வி: தமிழ்ச் சொற்களுக்குப் பதிலாகத் தினசரி பயன்படுத்தும் ஆங்கிலச் சொற்களைப் பட்டியலிட முடியுமா? *(Murugan M, 12-Feb-2019)*

தொழில்நுட்பம் காரணமாகவே, நிறைய ஆங்கிலச் சொற்கள் இன்று தமிழில் பயன்படுத்தப்படுகின்றன. கம்ப்யூட்டர் என்ற சொல் அதிகமாகப் புழக்கத்தில் உள்ளது. ஆனாலும் இப்போது கணினி என்ற சொல்லும் அதிகமாகப் புழக்கத்தில் வந்துவிட்டது. ஈமெயில்/email என்று பயன்படுத்தப்பட்டாலும் மின்னஞ்சல் என்பதும் இப்போது பரவலாகப் பயன்படுத்தப்படுகிறது. அது போல் ட்விட்/Tweet என்று யாரும் எழுதுவதில்லை, கீச்சு என்றுதான் பலரும் எழுதுகிறார்கள்.

கெடுவாய்ப்பாக இந்தியர்கள் சேவைத் துறையில்தான் அதிகம் இருக்கிறார்கள். பெருமளவில் கண்டுபிடிப்பாளர்களாக இல்லை. அயல்நாட்டினர்தான், நிறைய கண்டுபிடிப்பாளர்களாக இருக் கிறார்கள். காப்புரிமை (patent) அங்குதான் நிறைய இருக்கிறது.

அதனால் வேறொரு புலத்தில் இருந்து கண்டுபிடிப்புகள் வருவ தனால், அதன் மூலப்பெயர்கள் ஆங்கிலத்தில்தான் இருக்கின்றன. அதனைத்தான் நாம் தமிழாக்கிக் கொள்கிறோம். இது போலவே செருமனியிலும் செய்கிறார்கள்.

இது திட்டமிடப்பட்ட மொழிக் கலப்படம் கிடையாது. அறிவியல் வளர்ச்சியினால் வரும் ஒரு படிமலர்ச்சிதான். சம்ஸ்கிருத திணிப்பு போலவோ, இந்தி திணிப்பு போலவோ, அரசு அதிகாரம் மூலமாக வலிந்து திணிக்கப்படுவது கிடையாது. மக்களின் பயன்பாட்டுக் காகச் சமூகத்தில் தானே கலக்கும் சொற்கள் இவை. இச்சொற்களுக்கு எளிய மாற்றுச்சொற்களும் நாம்தான் உருவாக்கிக்கொள்ள வேண்டும், நல்ல/எளிய தமிழாக்கங்கள் மூலமாக!

தமிழ் வெறுமனே இலக்கிய மொழி என்று மட்டும் சொல்லிக் கொண்டிருந்தால், நம் மொழி தேங்கிப் போய்விடும். தமிழ்மொழி கலந்தோறும் தன்னைத் தகவமைத்துக்கொண்டேதான் வந்துள்ளது, பல தலைமுறைகளாய். அது ஓர் அறிவியல் மொழியாகவும் மாறிக் கொண்டே வருவதால்தான் நிலைத்தும் நிற்கிறது.

அறிவியலில் பல சொற்கள், கலைச்சொல்லாக்கம் கண்டுள்ளன. Diode=இருமுனையம், Triode=மும்முனையம் போன்ற சொற்கள், பொதுமக்களுக்கானவை அல்ல; துறைசார் வல்லுநர்களுக்கானவை. பொதுமக்களின் அன்றாடப் பயன்பாட்டுக்கான சொற்கள்: கணினி/மின்னஞ்சல் போன்றவை. இரண்டுமே மொழிப்புலத்தில் இயங்க வேண்டும். அப்போதுதான், தமிழ்மொழி தன்னைத் தகவமைத்துக் கொண்டே இருந்து, காலம் கடந்தும் வாழும்.

பிற ஆங்கிலக் கலப்புகள் அறியாமையால் வருவன. "try பண்ணு", "shave பண்ணு", "off பண்ணு" என்று பண்ணுதல் பழக்கம் இன்று அதிகமாகிவிட்டது. "try பண்ணு" என்பதை "முயன்று பார்" (அல்லது) "முயற்சி செய்" என்றும் சொல்லலாம். "Off பண்ணு" என்பதற்கு "விளக்கை அணை" என்று சொல்லலாம்.

குத்துவிளக்கு போன்ற மங்கலமான விளக்குகளை பற்றிப் பேசும் போது "விளக்கைக் குளிர வை" என்று சொல்வார்கள். ஆங்கிலத்தில் சொல்லும்போது "light off பண்ணு" என்று மூன்று சொற்கள் சொல்ல வேண்டியுள்ளது. ஆனால் தமிழில் சொல்லும் போதோ "விளக்கை அணை" என்று இரண்டே சொற்களில் முடிந்துவிடும். இது போல் குறைத்துக்கொண்டு, தமிழ்ச் சொற்களுக்கு மாறிவிடலாம்.

இன்று "cheque" என்ற சொல், காசோலை என்றே மாறிவிட்டது. இது போலவே பேசப்பேசப் பழகிவிடும். ஒரு காலத்தில் "document" என்பதை "தஸ்தாவேஜ்" என்று சொல்வார்கள். இலங்கையில் "டொகுமென்ட்" என்பார்கள். ஆனால் இப்போது தமிழ்/திராவிட

இயக்கங்களால் அது "ஆவணம்" என்று அழகாகத் தமிழாக்கம் பெற்றுள்ளது. இன்று ஆவணம் என்பதே பரவலாகிப் பழகிவிட்டது.

காதல் என்பது மிக அழகான தமிழ்ச் சொல். ஆனாலும் "I love you" என்று பலமுறை சொல்கிறோம். ஆனால், "நான் உன்னைக் காதலிக்கிறேன்" என்பது எத்துணை அழகாக இருக்கிறது! ஆங்கிலத்தில் Love என்பது பொதுச்சொல்தான்; அன்பைக் குறிப்பது. Love பெற்றோரிடமும் வரலாம், குழந்தைகளிடமும் வரலாம். காதல் என்பது நம் இணையர்களிடம் மட்டுமே வரும் அழகுச் சொல் அல்லவா!

Happy Birthday என்று வாழ்த்துவதற்குப் பதிலாக, "மகிழ் திகழ் பிறந்தநாள் வாழ்த்துகள்" என்று நான் சொல்வேன். இப்போது "மகிழ் திகழ்" என்று கீச்சுலகில் மிகவும் பரவலாகிவிட்டது.

தமிழ்ப் பரவலுக்குத் தேவை, சற்றுப் பொறுமையும் முயற்சியும் மட்டுமே! பிற பண்பாடுகள் நம்மைச் சூழ்ந்ததனால், அறிவியல் நம்மைச் சூழ்ந்ததனால் வரக்கூடிய ஆங்கிலச் சொற்களை நாம் வெறுக்கத் தேவையில்லை. அவற்றுக்கு இணையான அழகுத் தமிழ்ச் சொல்லைத் தேடிப் பயன்படுத்தலாம். இது திரும்பத்திரும்பப் பயன்படுத்தும் போது, தானே பரவலாகிச் சமுதாயத்துக்கு வரும், எளிமையழகு பெற்ற தமிழ்ச் சொல்லாக இருந்தால்!

Facebook என்பது ஒரு நிறுவனப் பெயராக இருப்பினும், தொடர்ந்த சமூகப் பரவலால் முகநூல் என்று அது இயல்பாகவே புழங்கத் தொடங்கிவிட்டது. அதைத் தடுக்கத் தேவையில்லை. ஆனால் சட்ட ஆவணங்களில் அதன் பெயர் Facebookதான். அந்த நிறுவனமே, தன் பெயரை வேறு சில நாடுகளில், அந்த நாட்டு மக்கள் பரவலுக்கேற்ப மாற்றிக்கொண்டும் உள்ளது. சமூக/மக்கள் வாழ்வியலே முதன்மை.

சில சொற்கள், வேறு பண்பாட்டு அறிமுகம் மூலமாக வருகின்றன. அவற்றை அவ்வாறே ஏற்றுக்கொள்ளலாம். சான்றாக Disco; இதை டிஸ்கோ நடனம் என்று வேண்டுமானால் மாற்றலாம். ஏனெனில் இவை இடுகுறிப் பெயர்கள். அது போல அமேசான். அமேசான் என்பது ஒரு காடு. அதன் பெயரை நாம் மாற்றவே முடியாது. நியூசிலாந்து என்பது நியூசிலாந்துதான்; புதுக்கடல்நாடு அல்ல!

ஒரு காலத்தில நம் வாயில் நுழையாத சில அந்நியப் பெயர்களைச் சற்றே மாற்றிப் பயன்படுத்தினோம். சான்றாக, "Iōnes" என்பதை

"யவனம்' என்று புழங்கினோம். அவையெல்லாம் exonym/endonym சொற்கள்.

எல்லாவற்றையும் ஒரே மொழிக்கு ஏற்றவாறு மாற்றக் கட்டாயப் படுத்தினால், இந்த உலகம் மொத்தத்துக்கும் ஒரே மொழி என்று ஆகிவிடுமே? ஆனால் இயற்கை அப்படியல்லவே! பலவே மொழிகள், பலவே நாகரிகப் பண்பாடுகள்.

தமிழ்நாட்டில் சென்னையின் ஒரு பெரிய நூலகத்தில் "physically challenged" என்பதை நேரடி மொழியாக்கமாக, "மெய்ப்புல அறை கூவலர்கள்" என்று தமிழ்ப்படுத்தி இருந்தார்கள். இது போல தமிழாக் கம் செய்கிறேன் பேர்வழி என்று தமிழைக் கடித்துக் குதறுவதால் தான், மக்களிடம் ஏற்புச் சிக்கலே. "மாற்றுத் திறனாளிகள்" என்ற எளிமையும் அழகுமான சொல் இருக்க, ஏன் இப்படிப் பாண்டித்யம் காட்டுகிறேன் பேர்வழி என்று கடித்துக் குதற வேண்டும்?

தமிழாக்கம் என்பது பொதுமக்களோடு நட்புறவில் இணைந்து தான் நடக்க வேண்டும். மொழிக்காக மக்கள் அல்ல. மக்களுக்காகத் தான் மொழி. மக்களும் மொழியும் இணைந்து செல்லும் போது தான், அந்த பயணம் சுவையானதாக இருக்கும்.

24

தமிழின் பெருமை பேசுவோர் உண்மையிலேயே தமிழை வளர்க்கிறார்களா?

கேள்வி: தமிழின் பெருமை பேசுகிற எல்லோரும் உண்மையிலேயே தமிழை வளர்க்கிறார்களா? ஆம் எனில் எவ்வாறு? (Chandramohan Sivasubramanian, 08-May-2020)

இந்தக் கேள்விக்கு அய்யன் வள்ளுவரின் குறளிலிருந்தே பதில் சொல்லலாம்.

"பெருமைக்கும் ஏனைச் சிறுமைக்கும் -தத்தம்
கருமமே கட்டளைக் கல்" *(குறள் 505, தெரிந்து தெளிதல்)*

ஒருவன் என்ன செயல் செய்கிறான் என்பதைப் பொருத்துத்தான் பெருமையும் சிறுமையும்! பெருமை என்பது நாம் செய்யும் செயலால் வருவது. வெறுமனே பேச்சால் அல்ல. நம் செயலே அதற்கு உரைகல். பெருமை என்பது வேறு, துதி என்பது வேறு. பெருமை பேசலாம், அதீதத் துதிதான் கூடாது!

தமிழ் ஒரு தொல்பெரும் மொழி; தமிழின் தொல்லெச்சங்கள் மிகப் பழமையானவை; தமிழ் மிகவும் நெகிழ்வான மொழி; மக்களுடன் நெருங்கிப் பழகும் மொழி. இது மந்திரத்தால் உருவானது அல்ல. சாமியோ, ஒரு தனி மகரிஷியோ உருவாக்கியது அல்ல! மக்களே படிமலர்ச்சி (evolution) விளைத்த மொழி.

தமிழ் என்ற சொல்லுக்கே இனிமை என்றுதான் பொருள். "இனிமையும் நீர்மையும் தமிழ் எனல் ஆகும்" என்பது நிகண்டு.

அமிழ்து என்ற சொல்லில் இருந்துதான் தமிழ் என்ற சொல் உருவானது. அமிழ்து அமிழ்து அமிழ்து என்று திரும்பத்திரும்ப வேகமாகச் சொல்லும்போது, அது தமிழ் தமிழ் தமிழ் என்றே ஒலிக்கும்! படி மலர்ச்சி பெற்ற பின், இந்த இனிமையைத்தான், தமிழ் என்று பெயராக வைத்தார்கள் முன்னோர்ச் சான்றோர்கள்.

இவையெல்லாம் உண்மையான பெருமை. இவற்றைப் பேசலாம். தற்பெருமை பீற்றிக்கொள்ளாமல் சொல்வது, புனைந்து சொல்லாமல் பொய்யாகச் சொல்லாமல், உண்மையான பெருமை பேசுவது தவறில்லை. துதி பாடுவதுதான் தவறு. ஆனால் பெருமை பேசுவதோடு மட்டுமே நின்றுவிடாமல், ஐயன் சொன்னபடி பெருமைக்குரிய கருமமும் (செயலும்) செய்ய வேண்டும்.

தமிழின் பெருமை பேசவே பேசாவிட்டால்..

வடமொழியான சம்ஸ்கிருதம் உட்புகுந்து, சிதைத்துவிடும்!

இது காலங்காலமான அரசியல்.

இது நெடிதுநாள் பண்பாட்டுப் போர்.

Superstratum/Substratum influence என்பார்கள் இதனை, ஆய்வியலில்!

ஒருபுடை உருவக அணி, ஏகதேஸ உருவக அணி என்று மாற்றப்பட்டு, மொழியின் இலக்கணத்தையே சிதைக்கும் போக்கு பல உண்டு!

அதனால், வடமொழி கலவாத நல்ல தமிழைப் பேசல், தமிழின் பெருமையைப் பேசலும் மொழிப் பணியே! பேசலோடு, செயலும் செய்யல், இன்னும் சிறப்பு!

பாரதிதாசனும் பாடுகிறார்: "தொண்டு செய்க தமிழுக்கு, துறை தோறும் துறைதோறும் துடித்தெழுந்தே!".

நீங்கள் மருத்துவராகவோ, பொறியாளராகவோ, வேறு எத்துறையில் இருந்தாலும் அந்தந்தத் துறையில் தமிழுக்கான தொண்டினைச் செய்யுங்கள். பெருமையோடு செயலும் செய்யுங்கள்! அத்தமிழ்ப் பெருமையை நிலைத்து நிற்க வைப்பது, நாம் செய்யும் செயலே, செயலே, தமிழ்ச் செயலே!

25

முதன்மையாகப் பயன்படுத்தும் சொற்பிறப்பியல் அகராதி எது?

கேள்வி: தாங்கள் முதன்மையாகப் பயன்படுத்தும் சொற்பிறப்பியல் அகராதி எது? *(Madhu Prasanna, 06-May-2020)*

தமிழ் இணையக் கல்விக்கழகம் வெளியிட்டுள்ள, பெருந் தமிழறிஞர் மொழிஞாயிறு தேவநேயப் பாவாணர் எழுதித் தொகுத் துள்ள செந்தமிழ்ச் சொற்பிறப்பியல் பேரகரமுதலியைத்தான் நான் பெரிதும் பயன்படுத்துகிறேன். *(https://www.tamilvu.org/ta/library-l dpam-ldpam00-html-ldpam00hom-244696)* அது மட்டுல்லாது, பேரா சிரியர் ப. அருளி அய்யா எழுதிய நூல்களையும், தமிழ்ச்சொல்/வட சொல் வேறுபாடு காணப் பின்தொடர்கிறேன்.

26

இணையச் சொற்பிறப்பியல் பேரகராதியை முழுதும் பின்தொடரலாமா?

கேள்வி: இணையத்தில் இருக்கும் சொற்பிறப்பியல் பேரகராதியை முழுவதும் பின்தொடரலாமா? *(Tamizh Iniyan, 06-May-2020)*

இணையத்தில் சிலபல சொற்பிறப்பியல் பேரகராதிகள் இருக்கின்றன. ஆனால் பெருந்தமிழறிஞரான மொழிஞாயிறு தேவநேயப் பாவாணர் அவர்களின் செந்தமிழ்ச் சொற்பிறப்பியல் பேரகரமுதலி என்பதே திறன் மிக்கதாய் உள்ளது.

ஒவ்வொரு சொல்லினுடைய வேர்ச்சொல் முறைமைகளையும், அகரம்முதல் -னகரம்வரை தொகுத்து அளித்துள்ளார் நம் பாவாணர். இடையில் பாவாணர் மறைந்துவிட்டதால், வேறு சிலரும் அந்த அகராதியில் சொற்களைச் சேர்த்துள்ளார்கள். தமிழக அரசு அதை இன்னும் இன்னும் விரிவாக்கியுள்ளது. அது, தமிழ் இணையக் கல்விக் கழகத்தின் தளத்தில் உள்ளது. *(https://www.tamilvu.org/ta/library-ldpam-ldpam00-html-ldpam00hom-244696)*

இந்த வேர்ச்சொல் அகராதியே போதுமானது. சில சொற்கள் முரண்படலாம். ஏனெனில் ஆராய்ச்சி என்பது தரவுக்கேற்ப, எப்போதும் தொடர்முயற்சியே. தரவுகள் கிடைக்கக்கிடைக்கத் திருத்தங்கள் உண்டாகும். ஒரு சொல்லை அறியாமல் வடமொழிச் சொல் என்று சொல்லி இருப்போம். தரவு கிடைத்த பின் தமிழ்தான் என்று உறுதியாகும். ஆகவே திருத்தங்களுக்கு உரியனவே அகராதிகள்.

பாவாணர் சேர்த்த சொற்கள் செழுமையானவையே ஆயினும், அவருக்குப் பின்பு சேர்க்கப்பட்ட சொற்கள் சில பிறழலாம். அரசுக்கு நெருக்கமான சில பண்டிதாள் தங்களுக்கு விருப்பமான சொற்களையும் ஊடே சேர்த்துள்ளார்கள். ஆனால் அவை குறைவான விழுக்காடே. தொண்ணூறு விழுக்காடு நம்பிப் பயன்படுத்தலாம்.

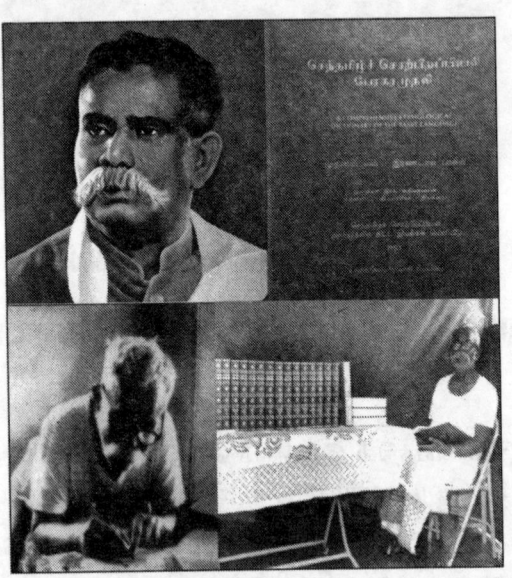

பாவாணர்

எவை தமிழ் சொற்கள்? எவை தமிழ்ச் சொற்கள் அல்ல? என்பதைத் தமிழறிஞர் பேராசிரியர் ப. அருளி அய்யாவும் தொகுத்துள்ளார். அது சொற்பிறப்பியல் கிடையாது. ஆனால் வடமொழிச் சொல்லா? தமிழ்ச்சொல்லா? என்பதற்கான தரவு.

அது போக, தமிழ்ச்சொல் *http://tamilchol.com* என்று நானே உருவாக்கிய தளம் ஒன்றும் உளது. நம்மை அறியாமலேயே அன்றாடம் பயன்படுத்தக்கூடிய வடமொழி சொற்களுக்கு மாற்றாக எளிய தமிழ்ச்சொற்கள் அதில் உள்ளன.

★ கஷ்டம்= கடினம் (அ) துன்பம்;

★ தயார்= ஆயத்தம்,

★ வார்த்தை= சொல்,

★ அர்த்தம்= பொருள்,

★ உதாரணம்= சான்று (அ) எடுத்துக்காட்டு,

★ விஷயம்= பொருள்/சேதி,

★ விவசாயம்= வேளாண்மை

போன்று பல சொற்கள், தேடுதல் கருவியோடு பட்டியலிடப் பட்டிருக்கும். பயன்படுத்திப்பாருங்கள். நனி நன்றி.

27

தமிழில் அனைத்து எழுத்துகளுக்கும் யுனிகோட் எழுத்துரு உள்ளதா?

கேள்வி: யுனிகோட் எழுத்துரு பற்றி விளக்க முடியுமா? தமிழில் அனைத்து எழுத்துகளுக்கும் யுனிகோட் உள்ளதா? *(Quora User, 06--May-2020)*

Unicode என்பது தமிழில் ஒருங்குறி எனப்படும். நாம் மொழியில் எழுதும் எழுத்துகள், எழுத்தல்லாத வரி உருவங்கள், மற்றும் எண்கள் ஆகியவற்றைக் கணினி மற்றும் கணினி சார்ந்த தொழில்நுட்பங்களில் பயன்படுத்த உருவாக்கப்பட்ட ஒரு நியமம்தான் ஒருங்குறி நியமம்.

உலகத்தில் உள்ள எல்லா மொழிகளின் எழுதுமுறைகளையும் கணினி சார்ந்த தொழில்நுட்பங்களில் செந்தரப்படுத்த ஒருங்குறிக் குறிமுறை உதவுகிறது. இது அமெரிக்காவின் கலிபோர்னியா மாநிலத்தில் உள்ள யுனிகோட் கன்சார்டியம் (Unicode Consortium) என்ற தனியார் அமைப்பால் உருவாக்கப்பட்டு மேலாண்மை செய்யப்பட்டு வருகிறது.

ஒருங்குறி வருவதற்கு முன்பு கணினியில் நிறைய எழுத்துருக்கள் (fonts) இருந்தன. தமிழுக்கு இணைமதி, அஞ்சல், லதா, பாமினி, TSCII எனப் பல எழுத்துருக்கள் இருந்தன. தகவல் பரிமாறிக்கொள்ள, இரு பயனர்களிடையே அதே எழுத்துரு இல்லாவிட்டால் வாசிக்கக் கடினமே. தகவலைத் தரும் போதே, இன்ன எழுத்துரு என்றும் பயனருக்குச் சொல்லி, தரவிறக்கிக்கொள்ளச் சொல்ல வேண்டும். ஓர் எழுத்துருவிலிருந்து இன்னொரு எழுத்துருவுக்கு மாற்றச் சில மாற்றிகளையும் ஆங்காங்கே உருவாக்கினார்கள்.

இவை யாவும் தனித்தனியாக இருந்து இயங்கியதால், எல்லாக் கணினி இயங்குதளங்களிலும் பொருந்துமாறு, எழுத்து ஒன்றே போல் தெரியும் வண்ணம், உலகளாவிய செந்தரத்தில் Unicode உருவாக்கப்பட்டது. UTF-8 என்பது நியமம்.

இது முதல் 128 கோட்புள்ளிகளுக்கு (Codepoints) ஒரு பைட் (Byte) பயன்படுத்திக்கொள்ளும். மேலதிகமாக 4 பைட்கள் (Bytes) வரை

எடுத்துக்கொள்ளும். உலகத்தில் உள்ள எல்லா மொழிகளின் 95% எழுத்துருக்களையும் UTF-8 Standard வழியாகவே கொண்டு வந்து விடலாம். இன்று அது மேலும் வளர்ந்து UTF-16, UTF-32 என்றெல்லாம் ஆகிவிட்டது. UCS-2 என்றும் அண்மையில் விரிவாகி வந்திருக்கிறது.

தமிழில் இன்று நாம் அன்றாடம் பயன்படுத்தக்கூடிய பல எழுத்துருக்கள், வரிவடிவம், எண்கள், ஒற்றைக் கொம்பு, இரட்டைக் கொம்பு, சுழி போன்றவை (பிரெஞ்சு மொழியின் Diacritics போல) யாவும் ஒருங்குறியாக்கம் செய்யப்பட்டுவிட்டன. ஆனால் மொழியினுடைய சில தொல்நுணுக்கங்கள் அந்த மொழியிலேயே தங்கிவிடும். வரலாறு (அல்லது) தொன்மவியல் சார்ந்த பல கல்வெட்டு எழுத்துருக்கள் இன்னும் ஒருங்குறிக்குள் வரவில்லை.

தமிழ் எழுத்தையே பார்த்தோமென்றால், ஆதிகாலத்தில் உள்ள தமிழி எழுத்துமுறை (தமிழ் பிராமி என்பார்கள் சிலர்; ஆனால் அது பிராமி அல்ல; பிராமி போலவே நெருங்கிய தோற்றமளிக்கும் வேறு எழுத்துமுறை) மற்றும் வட்டெழுத்து போன்றவை இன்னும் ஒருங்குறிக்குள் வரவில்லை.

பிராமி வந்துவிட்டது, ஆனால் தமிழி இன்னும் முழுமையாக வரவில்லை. வட்டெழுத்து இன்னும் வரைவுநிலையிலேயே உள்ளது. எனவே தற்போதுள்ள நிலையில், தமிழ்க் கல்வெட்டுகள் யாவையும் கணினியில் முழுமையாக எழுத முடியாது. 2019-இல், சிகாகோவில் நடைபெற்ற பத்தாவது உலகத் தமிழ் ஆராய்ச்சி மாநாட்டில், தொழில் நுட்ப நிறுவனங்களிடம் இது குறித்துச் சில உதவிகள் கேட்டிருக்கிறோம்.

சான்றாக "ஓம்" என்னும் வடிவம். ஓ என்று எழுதி அதனுள்ளே ம் என்று எழுதும் முறைமை. இது இப்பொழுதுதான் ஒருங்குறிக்கு வந்துள்ளது. இதோ அதன் வடிவம்-ௐ! இதன் பொருட்டு, திரு. நாசா கணேசன் அவர்களும், மொழி/தொழில்நுட்பம் இரண்டும் வல்ல சில அறிஞர்களும் முயற்சியெடுத்துக்கொண்டு வந்துள்ளார்கள்.

அது போலவே, இனிமேல்தான் வழக்கில் இல்லாத (அல்லது) அன்றாட வழக்குக்கு தேவை இல்லாத, ஆனால் ஆராய்ச்சிக்குத் தேவைப்படுகின்ற தமிழ் எழுத்து வடிவங்கள் ஒவ்வொன்றாக வரத் துவங்கும். பழங்கல்வெட்டுகளும் ஒருநாள் கணினி ஏறும். ஆனால் பொதுமக்களின் அன்றாட மொழித் தேவையான எழுத்துகள் யாவும் தமிழ் ஒருங்குறிக்குள் வந்துவிட்டன. தொடர்ந்து பயணிப்போம்.

28

பாடநூல் கழகத் தமிழ் நூற்பொருளில் என்ன மாற்றம் தேவை?

கேள்வி: தமிழ்நாட்டுப் பாடநூல் கழகத் தமிழ் நூற்பொருளில் மாற்றம் செய்ய வேண்டுமென்றால் என்னவெல்லாம் செய்வீர்கள்? *(Madhu Prasanna, 06-May-2020)*

பாடத்திட்டம் என்றாலே பாடநூல் அல்ல! நூல் தாண்டியும் கல்வி உண்டு!

பாடத்திட்டத்தில், சமச்சீர் கல்வி என்பதே ஒரு நல்ல மாற்றம் தான். முதலமைச்சர் அறிஞர் அண்ணா காலத்திலேயே சமச்சீர் கல்வி வந்திருந்தது. அண்ணாவே இதற்கு வித்திட்டிருந்தார்.

கல்வியும்
அரசாங்கமும்

(பேறறிஞர் அண்ணா சமச்சீர் கல்விக்கு வித்து)

ஆட்சி மாற்றத்தின் முதல் நடவடிக்கையாக, அரசு அலுவலகங்களில் மதம் சார்ந்த சின்னங்களை நீக்குவதும், பாட நூல்களில் நிறைய அறிவியல் சார்ந்து உள்ளிடுவதுமாக அறிஞர் அண்ணா மாற்றினார். பாடநூலில் ஒரு சான்று சொல்ல வேண்டுமென்றாலும், மதம் சார்ந்ததாக அல்லாமல், அறிவியல் சார்ந்த சான்றாக இருக்க வேண்டும். "ராமன் வந்தான்" என்பது போன்ற எடுத்துக்காட்டுகளை நீக்கிச் சீர்திருத்தங்களைச் செய்தார்.

அவருக்குப் பின்னால் வந்த முதலமைச்சர்களும் பல மாற்றங்களைச் செய்தார்கள். கணினியின் துவக்கக் காலத்திலேயே, கணினி பற்றிய பாடநூல் கொண்டுவந்தார் அன்றைய முதல்வர் கலைஞர். பின்பு வந்த முதல்வர் எம்.ஜி.ஆர்., தமிழ் எழுத்துச் சீர்திருத்தத்தைப் பெரியாரும் மற்ற தமிழறிஞர்களும் முன்பே விளக்கிச் சென்றபடி நடைமுறைப்படுத்தினார்.

ஆனால், எவ்வளவோ மாற்றங்கள் வந்தாலும் இன்றைக்கும் குழந்தைகளின் கல்வித் திட்டத்தில், பாடநூல்கள் நிறைய மனப்பாடம் செய்வதாகத்தான் இருக்கிறது. புத்தகச் சுமை, வீட்டுப் பாடம் போன்றவற்றைக் குறைக்க வேண்டிய கடமை நமக்கு இருக்கிறது. உலகில் நன்கு இயங்கக்கூடிய வேறு கல்வி முறைகளைப் பார்த்து நாம் நிறைய கற்றுக்கொண்டு, தமிழ்நாட்டுப் பாடநூல்களை மாற்றியமைக்க வேண்டும். சிறுகச்சிறுக அறிவியல் கோட்பாடுகளை நிறைய பயிற்றுவிக்க வேண்டும்.

சான்றாக, நிலவு ஏன் தேய்ந்து வளருகிறது? வளர்பிறை/தேய்பிறை அதற்குண்டான ஜாதகம்/ஜோசியம் இவற்றையெல்லாம் இன்னமும் மக்கள் நம்புகிறார்கள். அறிவியல்/இயற்பியல் படித்துவிட்டு வந்த முதல் தலைமுறையேகூட இதை நம்புகிறது. தேய்பிறையில் நல்ல காரியங்கள் செய்யக் கூடாது என்ற மூடநம்பிக்கையைக் கொண்டிருக்கிறார்கள்.

இதையெல்லாம் பார்க்கும்போது, நம் கல்வி எவ்வாறு வழங்கப்பட்டுள்ளது? சரியான முறையில் சென்றடைந்துள்ளதா? சரியான முறையில் உள்வாங்கப்பட்டுள்ளதா? என்பதை நாம் அளவிட்டதாகவே தெரியவில்லை. வெறுமனே செக்கு மாடு போல் கல்வியைக் கொடுத்துக்கொண்டே இருக்கிறோமே தவிர, அது உள்வாங்கப்பட்டுச் செக்கில் பயன் தரும் எண்ணெய் விளைந்ததா? என்று நாம் அளவிடவே இல்லை.

அதனால் உள்வாங்கக் கூடிய கல்வியை நாம் கொடுக்க வேண்டும். ஓர் அறிவியல் கூடத்துக்கோ ஒரு வானியல் கூடத்துக்கோ குழந்தைகளை அழைத்துச் சென்று நிலவு எவ்வாறு மாறுகிறது என்பதை நேரடியாகக் காட்ட வேண்டும். விண்பொருட்கள் யாவும் (நிலவு உட்பட) எப்போதுமே ஒரே போலத்தான் இருக்கின்றன. ஒரு பக்கம் முழுக்க வெளிச்சமாகவும் மறுபக்கம் இருட்டாகவும் இருக்கிறது. நாம் ஒரு கோணத்தில் இருந்து நிலவைப் பார்ப்பதால், நிலவும் பூமியைச் சுற்றிக்கொண்டே இருப்பதால், நிலவின் ஒளிர்ந்த/

இருண்ட பகுதிகள் வெவ்வேறு அளவில் தெரிகின்றன. அது நமக்கு வளர்பிறை/தேய்பிறை ஆகத் தெரிகிறது. அதனால் வருவதுதான் முழுமதி (பௌர்ணமி) & இல்மதி (அமாவாசை). இவற்றை நாம் குழந்தைகளுக்குச் செயல்முறையில் செய்துகாட்ட வேண்டும்.

நிலாச் சோறு போல நிலாப் பாடங்கள் எடுக்கலாம். மாதம் ஒரு நாள் முழுநிலவு அன்று நிலவொளியில் பாடம் கற்பிக்கலாம். அவ்வாறு செய்யும் போதுதான் குழந்தைகள் நிறைய உள்வாங்கும். அப்போதுதான் மூடநம்பிக்கைகள் சமுதாயத்தில் இருந்து விலகும்.

இன்று பெரியவர்களைக் கேட்டால்கூட கோள்மறைப்பு (கிர கணம்) பற்றித் தெரியாது. வழக்கமாக மதிமறைப்பு (சந்திர கிரகணம்) முழுமதி அன்றுதான் வரும். எனில், 28 நாட்களுக்கு ஒருமுறை ஏன் மதிமறைப்பு (கிரகணம்) வருவதில்லை? ஏன் ஆண்டுக்கு ஓரிரு முறை மட்டும் வருகிறது?

ஏனெனில், நிலவு பூமியைச் சுற்றும் பாதையின் தளம், ஐந்து கோணம் (*Degree*) சாய்மானமாக உள்ளது. அதனால் எப்போதுமே நிழல் விழாது. மதிமறைப்புக்குக் (கிரகண) காரணம் நிழல், இல் மதிக்குக் (அமாவாசை) காரணம் நிழல் அல்ல, ஒளிவிழாமை! இதை யெல்லாம் நாம் நடைமுறையாகப் புகட்டவே இல்லை. அதனால் தான் இன்றைக்கும் மதிமறைப்பு அன்று சாப்பிடக் கூடாது, தலை யில் தண்ணீர் தெளித்துக்கொள்ள வேண்டும் போன்ற மூடநம்பிக்கை நிலவுகிறது.

குழந்தைகளுக்குக் கற்பிக்கும் போது மெய்ந்நிகர் மாதிரிகள், சின்னச்சின்ன அசைவூட்டம், நிலவைத் தொட்டுப் பார்ப்பது போன்ற, நிலவின் மேல் இருப்பது போன்ற செயல்முறை விளக்கங்களைச் செய்து காட்டலாம். தமிழ்நாட்டில் வடார்க்காடு மாவட்டத்தில் உள்ள காவலூர் என்ற இடத்துக்கு அழைத்துச்சென்று வானியலில் ஈடுபடுத்துவது போன்று பாடத்திட்டங்களை மாற்றினால் நல்லது.

அறிவியல் மட்டுமல்லாது, மொழிப் பாடத்தில், நான் என்ன செய்வேன் என்றால்: தற்போது, குழந்தைகளுக்கு நாம் எடுத்த வுடனேயே அ, ஆ, இ, ஈ என்று எழுத்துகளை எழுதக் கற்றுக் கொடுத்துப் பாடங்களைத் துவங்கிவிடுகிறோம். அது தவறு.

எப்போதுமே ஒலிப்புதான் முதலில். அதனால்தான் லளழ/ணநன/ரற வேறுபாடு பலருக்கு வருவதில்லை. எல்லாச் சொல்லும் பொருள் குறித்தனவே என்று தொல்காப்பியர் சொல்லும் போதும், எழுத்தை

ஒலி அடிப்படையில்தான் விளக்குகிறார். அந்தக் காலத்தில் Youtube காணொளிகள் இல்லாத போதும் ஒவ்வொரு ஒலிப்பும் (உச்சரிப்பு) எவ்வாறு இருக்க வேண்டும் என்பதைக் காணொளி போலவே எழுதி வைத்துள்ளார்.

"சகார ஞகார இடை நா அண்ணம்"

(தொல்காப்பியம்/ எழுத்ததிகாரம்/ பிறப்பியல்)

இவ்வாறு ஒவ்வொரு எழுத்தை ஒலிக்கும் போதும், நாக்கு/பல் வாயின் உட்பகுதி/மேல்பகுதியான அண்ணத்தில் எங்கே எங்கே தொட வேண்டும் என்பதையெல்லாம் எழுதி வைத்துள்ளார். ழகரம் ஒலிக்கும்போது வருடும் என்று சொல்கிறார்.

அடுத்து, கதைகள் நிறைய சொல்ல வேண்டும். திருக்குறளை வைத்து நிறைய கதைகள் சொல்ல வேண்டும். எடுத்தவுடனேயே திருக்குறளை மனப்பாடம் செய்யக் கூடாது. குழந்தைகளின் மேல் திருக்குறளைத் திணிக்கக் கூடாது. அதுவும் காமத்துப்பால் குறள் களைச் சிறிய குழந்தைகள் புரியாமல் மனப்பாடம் செய்வதால் ஆவ தொன்றுமில்லை. ஐயன் திருவள்ளுவரே இதை விரும்ப மாட்டார்.

திருக்குறளை வைத்துக் கதைகளைச் சொல்லி புரியவைக்கலாம். படங்கள் மூலமாக நிறைய பயிற்றுவிக்கலாம். ஒலிகள் மூலமாக ஒளிகள் மூலமாகப் பயிற்றுவிக்கலாம். மேலும் குறள் விளையாட்டுக் களை அறிமுகப்படுத்தலாம்.

விளையாட்டுக்களில் மொழிசார்ந்த உள்விளையாட்டுகள் சொல்லித் தரலாம். குறுக்கெழுத்துப் போட்டிகள், புதிது புதிதாகச் சொல்லை உருவாக்குவது, ஒரு சூழலுக்கேற்ற சொற்களை கண்டு பிடிப்பது போன்ற விளையாட்டுகள். எடுத்துக்காட்டாக பேசு என் பதற்கு இணையான சொற்கள் என்னென்ன? என்று கேட்டுக் கேட்டு அவர்களை யோசிக்கவைத்துச் 'சொல்மரம்' வளர்க்கலாம். பேசு என் பதற்கு இணையாகக் கூறு, சொல், இயம்பு, கதை, நுவல், நவில், பகர், பறை, அறை, மொழி என நிறைய சொற்கள் இருக்கின்றன, ஒவ்வொன்றும் சிறிய நுட்பவேறுபாட்டுடன்.

- பேசு = *Speak*
- பகர் = *Speak with Data*
- செப்பு = *Speak with Answer*
- கூறு = *Speak Categorically*
- உரை = *Speak Meaningfully*

- நவில் = *Speak Rhymingly*
- இயம்பு = *Speak Musically*
- பறை = *Speak to Reveal*
- சாற்று = *Speak to Declare*
- நுவல் = *Speak with an Introduction*
- ஓது = *Speak to Recite*
- கழறு = *Speak with Censure*
- கரை = *Speak with Calling*
- விளம்பு = *Speak with a Message*

இப்படியெல்லாம் 'சொல்மரம்' வளர்க்கலாம். சொல்விழியம் (*Visual Thesaurus*) செய்யலாம். 'தமிழர் விளையாட்டு' என்று நூல்களே உள்ளன. அம்மானை முதலான மொழி சார்ந்த விளையாட்டுகள் பலப்பல உள்ளன.

இலக்கணத்தைத் திணிப்பு இல்லாமல், அன்றாட வாழ்க்கைக்கு தேவையானது போல் மாற்றிச் சொல்லித் தரலாம். ஈறுகெட்ட எதிர் மறைப் பெயரெச்சம் என்பதையெல்லாம் எளிதாக்கி இலக்கணத்தின் மேலே ஓர் ஆர்வம் வருமாறு, மகிழ்ச்சியுடன் பயில வேண்டும்.

'திருவண்ணாமலை' என்ற ஓர் ஊரை எடுத்துக்கொண்டோமானால், அதுதான் ஈறுகெட்ட எதிர்மறைப் பெயரெச்சம். அண்ணா(த) +மலை (நெருங்க முடியாத மலை, கடினமான கற்களால்). 'த' என்பது ஈறு (end). 'த' என்ற ஈறுகெட்டு, எதிர்மறை ஆகி, அண்ணா(த) மலை ஆகிவிடுகிறது. அண்ணாமலை என்றொரு திரைப்படமும் உண்டு – எதிரிகள் நெருங்க முடியாத நாயகன், ஈறுகெட்ட எதிர்மறை நாயகன்!☺ இப்படியெல்லாம் குழந்தைகளுடைய தமிழுக்கு, நாம் தான் குழந்தையாக மாறித் தமிழைச் சொல்லித் தர வேண்டும். இதைத்தான் நான் செய்வேன்.

தமிழில் ஆயிரம் இலக்கணம் இருக்கிறது. ஆயிரம் இருக்கிறது என்பதற்காக அவை யாவும் குழந்தைகளின் தலையில் ஏற்ற முடியாது. ஆற்றில் நிறைய தண்ணீர் ஓடுகிறது என்பதற்காக, ஆற்றையே வயலில் விட முடியாது. அவ்வாறு விட்டால் வயல் அழிந்துவிடும். ஆற்றிலிருந்து கால்வாய், கால்வாயில் இருந்து வாய்க்கால் எனச் சிறிதுசிறிதாகதான் வயலில் தண்ணீர் பாய்ச்ச வேண்டும். அதுவே தமிழ் வளமைப் பாடத்திட்டம்!

29

தமிழில் கல்வி கற்றோருக்கு அரசுப்பணி முன்னுரிமை அளிக்காதது ஏன்?

கேள்வி: தமிழில் கல்வி கற்றோருக்கு அரசு வேலைகளில் முன்னுரிமை அளிக்காதது ஏன்? (மற்ற மாநிலங்களில் அந்தந்த மொழிகளில் படித்தவர்களுக்கு அதிக விழுக்காடு அரசு வேலை ஒதுக்கப்படுகிறது உண்மையா?) (பூங்குன்றன், 08-May-2020)

உண்மையே! மாநில மொழி நிலைநாட்டி, உச்ச நீதிமன்றத்தின் ஆணையே இதற்கு உளது! தலைமை நீதிபதி ராஜேந்திர பாபு மற்றும் நீதிபதிகள் ஏ.ஆர்.லட்சுமணன் மற்றும் ஜி.பி.மாத்தூர் ஆகியோர் ஒரு நல்ல தீர்ப்பை வழங்கினார்கள்.

உச்ச நீதிமன்றத்துக்கு ஒரு வழக்கு வந்தது. குஜராத்திப் பள்ளி ஒன்று மகாராஷ்டிராவில் தொடங்கப்பட்டது. ஆனால் மகாராஷ்டிரப் பள்ளிகளில் மராத்திய மொழி கட்டாயம். வழக்கில், குஜராத்தி மக்கள் மட்டுமே படிக்கிற பள்ளியில் நாங்கள் ஏன் மராத்தி மொழி பயிற்றுவிக்க வேண்டும்? என்ற கேள்வி எழுப்பினார்கள்.

வழக்கு, வழக்கம் போல, கிளை நீதிமன்றம், உயர் நீதிமன்றம் மற்றும் உச்ச நீதிமன்றம் வரைக்கும் போய், உச்ச நீதிமன்றத்திலே தீர்ப்பு சொல்லப்பட்டது. தீர்ப்பு என்னவென்றால், இந்திய நாட்டுக்குத் தேசிய மொழி என்று எதுவும் கிடையாது. இந்தியும் தேசிய மொழி கிடையாது. இந்தி, ஆங்கிலம், மற்றும் எட்டாம் அட்டவணையில் உள்ள 22 மொழிகளுமே அலுவல் மொழிகள்தான். அந்தந்த மாநிலங்களுக்கு ஏற்பப் பயன்படுத்திக் கொள்ளலாம். யாரையும்

கட்டாயப்படுத்த முடியாது. இந்த நெகிழ்வு, தேசிய அளவில்தானே ஒழிய, மாநில அளவில் செல்லாது. எல்லா மாநிலங்களும் மொழி வாரி மாநிலங்களாகவே அமைந்துள்ளன. அந்தந்த மாநிலங்களின் மொழிகளை அங்கே வளரும் குழந்தைகள் கற்காமல் போனால், அது குழந்தைகளின் அன்றாட வாழ்வியலைப் பாதிக்கும்.

மேலும் ஓர் அரசு அலுவலரின் பணி மக்கள் சேவைதான். அந்தந்த மாநிலத்தில் உள்ள ஒடுக்கப்பட்ட மக்கள் மற்றும் கல்வியறிவு பெறாத மக்களுக்கு இந்தியோ ஆங்கிலமோ தெரிந்திருக்கும் என எதிர்பார்க்க முடியாது. அவர்களுக்கு மாநில மொழி மட்டுமே தெரிந்திருக்கும். அதனால் அரசுப் பணியாளர்கள், மக்கள் சேவை வழங்க அந்தந்த மாநில மொழியைக் கற்க வேண்டும். இதை ஒரு கட்டாயம், திணிப்பு என்று எடுத்துக்கொள்ளக் கூடாது. அது ஒரு மக்கள் சேவை வழங்கல் என்றே கொள்ள வேண்டும். அது அவர்களை அம்மக்களிடமிருந்து அந்நியப்படாமல் இருக்க உதவுகிறது. (The resistance to learn the regional language will lead to alienation from the state's mainstream life) என்று தீர்ப்பு சொன்னார்கள் அந்த நீதிபதிகள்.

இன்று மகாராஷ்டிராவில் மராத்தி கட்டாய மொழி. அதை உச்ச நீதிமன்றமும் உறுதிசெய்துள்ளது. இது போல அந்தந்த மாநிலங்களும் கட்டாயம் செய்துகொள்ளலாம் என்றும் சொல்லிவிட்டது. ஆனால் இதை எல்லா மாநிலங்களும் கட்டாயப்படுத்தவில்லை. ஒரு புரிந்துணர்வில் ஒடுகிறது. இந்திய ஆட்சியியல் பணியில் உள்ள IAS அலுவலர்கள் கட்டாயம் அந்த மாநில மொழியை கற்றுக்கொள்கிறார் கள். ஏனென்றால் அவர்கள் மக்களைச் சந்திக்க வேண்டியிருக்கிறது. ஒரு IAS அலுவலருக்குப் பெயர் பஞ்சாபி மொழியில் இருக்கும், ஆனால் அவர் தமிழ்நாட்டில் வந்து சிறுகச்சிறுகத் தமிழைக் கற்றுக் கொண்டு நன்கு தமிழ் பேசுவார். இது ஒரு புரிந்துணர்வில் போகிறதே தவிர, கட்டாயமாக்கப்படவில்லை தமிழ்நாட்டில்!

ஆனால் இன்று தமிழ்நாட்டில் தமிழைப் பயிலாமலேயே ஒரு மாணவர் மேல்நிலைக் கல்வியைத் தாண்டிவிட முடிகிறது. அறிஞர்கள் சொல்வதெல்லாம் என்னவென்றால்: ஒருவர் மருத்து வழும் பொறியியலும் பயின்று மக்களுக்குச் சேவை செய்யும் பொழுது, அவர் தனியாகவே ஓர் அறையினுள் இருந்து வேலை செய்ய இயலாது. எப்படியாகிலும் அவர் மக்களோடு இயைந்து வேலை செய்தாக வேண்டும். அதனால் அடிப்படை மொழியறிவு கட்டாயமே! அவர்கள் தொல்காப்பிய இலக்கணமெல்லாம் கற்றுக் கொள்ளத் தேவையில்லை. எழுதவும் பேசவும் அந்த அடிப்படைக்கு

உண்டான மொழியை மட்டும் கற்றுக்கொள்வது நல்லது என்பதே அறிஞர்களின் கருத்து.

மராட்டிய மாநிலத்தில் அவ்வாறு மாநில மொழியைக் கட்டாய மாக்கி உள்ளார்கள். அந்த அமைப்பு வெற்றிகரமாகச் செயல்பட்டுக் கொண்டிருக்கிறது. அதுபோல் தமிழ்நாட்டிலும் இனிவரும் அரசுகள், தமிழ்மொழிமேல் காதலுடைய, தமிழ்ச் சமூகத்தின் மேல் காத லுடைய அரசுகள், இதனை முன்னெடுப்பது நல்லது! அடிப்படைத் தமிழ்/பேச்சுத் தமிழை மட்டுமாவது கற்றுக்கொண்டால்தான் ஒரு மாணவர் உயர்நிலைக் கல்வியைத் தாண்ட முடியும் என்ற நிலை, தமிழ்நாட்டிலும் வர வேண்டும். அது அந்த மாணவருக்கும் நலம், அந்த மாநிலத்துக்கும் நலம்! அது ஒரு திணிப்பாகவோ சுமையாகவோ இல்லாமல், ஒரு மக்கள் சேவை வழங்கலாக, ஒரு வாழ்வியல் கைகுலுக்கலாகச் செயல்படுத்தப்பட வேண்டும்!

(பிற்சேர்க்கை)

வினா வேலைவாய்ப்பு குறித்துக் கேட்கப்பட்டாலும், கல்வியின் அடிப்படையிலேயே கட்டாயத் தமிழ்க் கல்வி பற்றி மட்டும் எடுத்துரைத்தேன். வேலைவாய்ப்புக்கான சுருக்கமான விடை:

தமிழ்நாட்டின் பொதுத்துறையில் 20 விழுக்காடுவரை, தமிழ்வழிக் கல்வி கற்றோருக்கு வேலைவாய்ப்பில் இடஒதுக்கீடு உண்டு. (Persons Studied in Tamil Medium -PSTM) என்று இதனை அழைப்பார்கள்.

இதற்கான தகுதிநிலைகள் 1. துறை சார்ந்த கல்வியைத் தமிழில் பயின்றிருக்க வேண்டும் 2. கல்வி நிலையத் தலைவரிடம் இருந்து, தமிழ்வழிக் கல்விக்கான சான்றாவணம் அளிக்க வேண்டும். 3. தமிழ் நாட்டின் இடப் பங்கீட்டுக் கொள்கையின் வண்ணம் SC/ST/MBC/BC பட்டியலுக்குள்ளேயே, உள்ஒதுக்கீடாக PSTM அமையும்.

ஆனால், இதில் கவனிக்கப்பட வேண்டிய ஒரு பொருண்மை: வேலைக்கான துறை சார்ந்த கல்வித் தகுதியைத்தான் தமிழ்வழியில் பயின்றிருக்க வேண்டும். அடிப்படைக் கல்வியை மட்டுமே அல்ல. இதில் சோகமான களநிலவரம் என்னவென்றால், தமிழில் துறை சார்ந்த கல்வித் தகுதி படிப்புகள் பல (மருத்துவம், சட்டம், இன்ன பிற), கல்லூரிகளிலேயே பரவலாக இல்லை என்பதே. போலும் பல மாணவர்களும் இப்படிப் பயில்வதில் ஆர்வம் காட்டுவதில்லை யாதலால், இந்த ஒதுக்கீடு பயன்படுத்தப்படாமலேயே போகிறது பல நேரங்களில்.

ஆர்வம் இருந்தாலும், பாடம் இல்லை. பாடம் இருந்தாலும் ஆர்வம் இல்லை என்ற நிலையில்தான் இது உளது!

தமிழ்வழியில் மேற்படிப்பு படிக்க, அரசு அளிக்கும் ஆண்டொன்றுக்கு ₹ 400 உதவித்தொகையெல்லாம் போதவும் போதாது!

எனவே, வரும் அரசுகள், இத்திட்டத்தை இன்னும் நிறைய செம்மை செய்ய வேண்டும். அப்போதுதான் பலன் காண முடியும்.

- பள்ளியிலேயே அடிப்படைத் தமிழை எல்லோருக்கும் கட்டாயமாக்கல்
- மேற்படிப்புக் கல்வியைத் தமிழில் பல ஊர்க் கல்லூரிகளில் பரவலாக்கல்
- இளநிலை/ முதுநிலை/ தொழின்முறைத் தமிழ்வழிக் கல்விக்கான திட்டம், பாடங்கள், ஆசிரியர்களை உருவாக்கல்
- ஊக்கத்தொகையை அதிகமாக்கிச் சீரமைத்தல்
- தமிழில் தொழில்முறை பட்டப்படிப்பு (Professional Degree Education) என்பதற்கென்றே ஒரு தனி பல்கலைக்கழகம் உருவாக்கல்.

இப்படிப் பலவும் செய்தால்தான், தமிழ்வழிக் கல்விக்கான உண்மையான நீதி கிடைக்கும்.

30

தமிழுக்கு, ஓர் உலகக் கட்டுப்பாடு ஆணையம் தேவையா?

கேள்வி: தமிழுக்கோர் உலக மொழிக் கட்டுப்பாட்டு ஆணையம் ஏற்படுத்துவது உகந்ததா? பல்வேறு மக்கள் தன்முயற்சியாக பல் வேறு தரத்தில் சொல்லாக்கிக் கொடுக்கிறார்கள். இவற்றைத் தேர்ந் தெடுத்துப் பயன்படுத்த ஒரு நிறுவனம் குறித்துத் தங்கள் கருத்து என்ன? *(Madhu Prasanna, 06 -May -2020)*

தொழில்நுட்பம் பெருகப்பெருக, அறிவியல் வளரவளர நிறைய கலைச்சொற்கள் *(Technical Terms)* பிறக்கின்றன. புதுச்சொற்கள் பிறப்பது தமிழ்மொழிக்கு நல்லதே.

வெறுமனே பழைய இலக்கியச் சொற்கள் மட்டுமே போதுமென்று வாளாவிருந்தால், மொழி தேங்கிப் போய்விடும். தமிழ் வாழும் மொழி ஆதலால், வாழ்க்கை மாறமாறச் சொற்களும் உருவாகி மாறிக் கொண்டேதான் இருக்கும். அதான் மொழிநலம்! தமிழ், இலக்கிய மொழி மட்டுமே அன்று; அறிவியல் மொழியும்கூட!

புதிதாக உருவாகும் கலைச்சொற்களுக்கு, ஒப்புதல் *(Ratify)* கொடுத்துச் செந்தரம் *(Standardization)* செய்து பரப்ப, ஒரு நிறுவனம் இல்லை என்பது ஓரளவு உண்மையே! இன்றைய சூழலில், தமிழ் இணையக் கல்விக்கழகம், தஞ்சை தமிழ்ப் பல்கலைக்கழகம் போன்றவை இந்தச் சீராய்வை அவ்வப்போது செய்கின்றன.

திரு. மணவை முஸ்தபா என்பார் அறிவியல் சார்ந்த தமிழறிஞர் களுள் ஒருவராக இருந்தார். அதுபோலவே தமிழறிஞர் முனைவர் வா.செ.குழந்தைசாமி (அண்ணா பல்கலைக்கழகத் துணைவேந்தராக இருந்து மறைந்தவர்), மற்றும் ஈழத்தில் தமிழறிஞர் கார்த்திகேசு சிவத்தம்பி போன்ற இவர்களெல்லாம் பல கலைச்சொற்களைச் செந்தரப்படுத்தி இருக்கிறார்கள். அதை அப்படியே எடுத்து தமிழ் இணையக் கல்விக் கழகம் உருவாக்கிய ஒரு கலைச்சொல் அகராதி அவர்களின் தளத்தில் கிடைக்கின்றது. *(https://www.tamilvu.org/ta/library-technical-glossary-html-index-116547)*

அறிவியல் முன்னேறிக்கொண்டே இருக்கிறதல்லவா. அதில் இன்று விளைந்துவிட்ட நிறைய புதுச்சொற்கள் இன்னும் அங்கு சேர்க்கப்படவில்லை. துறைசார்ந்த பல சொற்கள், மருத்துவம் இயற்பியல் மற்றும் வேதியியல் சார்ந்த சொற்கள் சேர்க்கப்பட வேண்டியுள்ளன.

தாவரம் என்பது சம்ஸ்கிருதச் சொல் (ஸ்தாவரம்) கிரந்தம் நீக்கித் தாவரம் என்று எழுதுகிறோம். ஸ்தாவரம் (स्थावर) என்றால் அசையாதது என்று பொருள். ஆக Botany என்பதன் கலைச் சொல்லாக்கம், தாவரவியல் என்பதைவிடப் புதலியல் என்பதே சரி (புதல்= செடி/மரம் முதலான உயிர்கள்).

போலவே, விஞ்ஞானம் (विज्ञान) என்பதும் சம்ஸ்கிருதச் சொல் தான். அது, விண் எனும் வானத்தைப் படித்தல் கிடையாது. விக்யான் என்பது தமிழில் அறிதல் என்று பொருள். எனவே விஞ்ஞானம் என்று சொல்லாது, அறிவியல் என்பதே நல்ல தமிழாக்கம், கலைச் சொல்லாக்கம்.

குவாண்டம் (Quantum) என்ற சொல்லை எடுத்துக்கொள்வோம். குவாண்டம் = குவையம் என்பது கலைச்சொல். அதன் ஆங்கில விளக்கம்: Quantum is a discrete quantity of entity/ energy involved in an interaction, proportional in magnitude to the frequency of the radiation it represents. அந்த Discrete Quantity of Entity = "குவையம்" என்றே கலைச்சொல்லாக்கம்.

Podcast என்று இன்று நிறைய பயன்படுத்துகிறோம். iPod + Broadcast என்பதன் சுருக்கமே Podcast. இதை அப்படியே தமிழுக்கு மாற்ற முடியாது. ஏனெனில் iPod என்பது ஒரு கருவி. iPod-இல் உள்ள Pod & Broadcast-இல் உள்ள cast இரண்டும் சேர்த்து உருவான

சொல்தான் Podcast. தமிழில் இதனை வலைஒலிபரப்பு என்றுதான் மொழியாக்கி வைத்திருந்தார்கள். ஆனால், இன்று நிறைய மக்கள் அதைப் பழகப்பழக, அது இன்னும் எளிமையாக 'ஒலியோடை' என மாற்றம் அடைந்துள்ளது. ஒலியோடை என்பது வலைஒலிபரப்பை விட நன்றாக இருக்கிறது. அதனால் நாம் வலைஒலிபரப்பு என்பதை ஒலியோடை என்று கலைச்சொல் அகராதியில் மாற்றிக் கொள்ளலாம்.

ஆனால், அதை மக்கள் ஆங்காங்கே மாற்றியும் மாற்றாமலும் புழங்குவதைக் காட்டிலும், அவ்வாறு மாற்றிக்கொள்வதற்கு ஒரு துறை, அமைப்பு, ஆணையம் இருப்பது நல்லதுதான். அது அரசு சார்ந்த அமைப்பாக இருப்பதே இன்னும் நல்லது. அனைவரையும் ஒரே ஒழுங்குக்குள் கொண்டுவர உதவும்.

இனிவரும் தமிழார்வம் உள்ள அரசுகள் இதற்கான ஆணையத்தை நிறுவி முன்னெடுப்புகளைச் செய்தால் நலம். இந்த ஆணையம் யோசனை வழங்கக்கூடிய ஒரு வழங்கு தளமாகவும், செந்தரம் செய்யப்பட்ட சொற்களைத் திரட்டிப் பரப்பும் கழகமாகவும் இருத்தல் நலம். மக்கள் உருவாக்கிக்கொண்டே இருப்பவைதான் சொற்கள். புதுச் சொற்கள் உருவாகவில்லை என்றால் ஒரு மொழி தேங்கிவிடும்.

Waterfalls என்ற சொல், அருவி என்று செந்தமிழில் இருந்தது. ஆனால் இன்று நீர்வீழ்ச்சி என்றும் சொல்லப்படுகிறது. அது நேரடி மொழியாக்கமாக இருந்தாலும் அதைத் தடைபண்ண முடியாது. அதிலுள்ள பிழைகளை வேண்டுமானால் களையலாம். ஆனால் புதுச் சொற்கள் உருவாவதற்குத் தடை விதிக்க முடியாது. மதங்களில் சொல்வது போல 'ஏக இறைவன்', 'ஒருவனே தேவன்' என்றெல்லாம் மொழியில் சொல்ல முடியாது. மக்களாட்சி முறைமையில் இயங்கக் கூடியதுதான் மொழி. அதனால், எல்லாம் கலந்துகலந்துதான் வரும். மாறுதலுக்கு உட்பட்டுக்கொண்டுதானிருக்கும்.

அரசாங்கத் தமிழ்க் கலைச்சொல்லாக்க ஆணையம், பல தமிழக & உலகப் பல்கலைக்கழகங்களின் சார்ந்தாற்றுநரை (representative) உடன் சேர்த்துக்கொண்டு, கலைச்சொல்லாக்கச் செந்தரம் செய்வதால், தமிழ் மொழியை அறிவியல் சார்ந்து, இன்னும் பல தலைமுறைகளுக்குக் கடத்த இயலும்!

31

பொதுச் சொல்லாக்கத்தில் சங்கச் சொல் மறுசுழற்சி செய்யலாமா?

கேள்வி: பொதுச் சொல்லாக்கத்துக்குச் சங்ககாலச் சொற்களை மறுசுழற்சி செய்யலாமல்லவா? தங்கள் கருத்து என்ன? *(Madhu Prasanna, 06-May-2020)*

ஆம், நல்ல கருத்துதான். சொற்சுழற்சி என்பது இயற்கையே. பழஞ்சொற்களைப் புதுக்குவது மொழியியலில் இயல்பான ஒன்று.

வாவி என்றால் கிணறு/ சிறிய நீர்நிலை என்று பொருள். வாவி என்ற சொல்லை நாம் விட்டுவிட்டோம். ஆனால் இன்றும் தெலுங்கில் வாவி என்ற சொல் பயன்படுத்தப்படுகிறது.

திருமலை-திருப்பதிக் கோயிலில் இன்றும் பங்காருபாவி-பூலபாவி என்று 2 கிணறுகள் இருக்கின்றன.

பங்காரு என்பது தங்கம். அதுவும் தமிழ்ச்சொல்தான். வங்காரம் என்பது பங்காரு என்று தெலுங்கில் ஆகியிருக்கிறது. பங்காரு பாவி என்றால் பொற்கிணறு. பூலபாவி என்றால் பூங்கிணறு. இறைவன் சூடிக் களைந்த பூக்களைக் கொட்டுகின்ற கிணறு.

அதுபோல, செப்பு என்ற சொல்லும் நல்ல தமிழ்ச்சொல்தான். செப்புமொழி பதினெட்டுடையாள் என்று பாரதி பாடியுள்ளார். தொல்காப்பியத்திலும் செப்பு உள்ளது (செப்பிய நான்கும் பெருந் திணைக் குறிப்பே). சிலப்பதிகாரத்திலும் செப்பு உள்ளது (தேரா மன்னா, செப்புவது உடையேன்).

ஆனால், இன்று செப்பு தெலுங்கு போல் மட்டும் தோற்றமளிப் பதால், தமிழில் பரவலாகப் பயன்படுத்துவதில்லை. இது போன்ற சொற்களை நாம் மறுசுழற்சி செய்யலாம்.

*Twitter*இல் முன்பு அனைவரும் "வாழ்த்துகள்" என்று கூறுவர். நான் "மகிழ் திகழ் வாழ்த்துகள்" என்று கூறப் போய், இப்போது பலரும் "மகிழ் திகழ் வாழ்த்துகள்" என்றே கூறுகின்றனர்.

போலவே "மிகவும் நன்றி" என்று கூறாமல் "நனி நன்றி" என்று கூறுவேன். இன்று பலரும் "நனி நன்றி" என்று பயன்படுத்துகின்றனர். நனி என்பது உரிச்சொல். (சால, உறு, தவ, நனி, கூர், கழி). சால என்பதும் உரிச்சொல்தான். சால நன்றி என்றும் பயன்படுத்தலாம். நனி நன்றி என்றும் பயன்படுத்தலாம்.

அதனால் மறுசுழற்சி என்பது, நிலத்தை உழும்போது அடி மண்ணைப் புரட்டிப் போடுவது போல. அடி மண்ணைப் புரட்டிப் போடும் போதுதான், அந்த நிலம் உரம் பெறும்.

கன்னடத்தில் சென்னாகிதாரா? (நலமாக உள்ளீர்களா?) என்று கேட்பார்கள். சென்னம் என்றால் நலம். சென்னை என்ற பெயரே, நலம் என்ற தமிழ்ச்சொல்லில் இருந்து வந்ததுதான். சென்னப்ப நாயக்கன் பட்டினம் என்பதாலேயே, சென்னை தெலுங்காகி விடாது. எனில், சென்னப்பன் என்பதிலுள்ள 'அப்பன்' தமிழ் இல்லையா என்ன? மொழிக் குடும்பத்தில், சிலபல சொற்கள் பொதுச்சொற்களே!

சங்கத்தமிழ்ச் சொற்கள் போலவே வட்டார வழக்கில் இருக்கும் சொற்களையும் மறுசுழற்சி செய்யலாம்.

கொங்கு வட்டார வழக்கில் "சன்னமா போங்க" என்றால் மெது வாகச் செல்லுங்கள் என்று பொருள். அதுபோல "எலே" என்ற சொல் கூட இலக்கியத் தமிழ்தான். "எல்லே இளங்கிளியே இன்னும் உறங்கு தியோ" என்று ஆண்டாள் திருப்பாவையில் பாடுகிறாள்.

வட்டார வழக்கு கொச்சை அல்ல! வட்டார வழக்கும் இலக்கியத் துவம் மிக்கதே. மெர்சல் என்பது வடசென்னை வட்டார வழக்கு. மெரிசல் என்பது நயச்சொல். மெர்சல் என்பது இலக்கண போலி.

- மெர்சல்
- அதுப்பு

- கொட்டு
- தெனாவட்டு (தினவு+அட்டு)
- சேக்காளி
- நொம்பலம்
- சிரிப்பாணி
- சோலி
- வல்லடி
- பைய
- ஒல்லை

இப்படி வட்டார வழக்கையும் மறுசுழற்சி செய்யலாம். சங்கத் தமிழ்ச் சொற்களையும் மறுசுழற்சி செய்யலாம்.

மறுசுழற்சி செய்யச் செய்ய, ஏர் உழும்போது மண் வளமாவது போல் நம் தமிழும் வளமாகும்.

32

மாதவிப்பந்தல் தொடருமா?

கேள்வி: தங்கள் பழைய வலைப்பூவான மாதவிப்பந்தல் தொடருமா? கீச்சுகளைவிட அங்கே படிக்க கோவையாக உள்ளதே? (Madhu Prasanna, 06-May-2020)

மாதவிப் பந்தல் தொடராது. மன்னிக்க!

மாதவிப்பந்தல் எனும் என் முன்னாள் வலைப்பூவில் (http://madhavipanthal.blogspot.com), பல முக்கியமான கட்டுரைகள் (அல்லது) ஆய்வுக் கட்டுரைகளை மக்களின் மொழிக்கேற்ப, எளிமையான மொழியில் எழுதி இருக்கிறேன்.

ஆனால், இப்போதெல்லாம் பலரும் பெரியபெரிய கட்டுரைகளைப் படிப்பதில்லை. இப்போது Twitter போன்ற தளங்களில் சிறிய சிறிய கீச்சுகள் மூலம், மக்களுடன் நேரடியாக இயங்க முடிகிறது.

ஆனாலும் கோவையாக எழுதுவதற்காக, சில நேரங்களில் மட்டும், பழைய வலைப்பூவான மாதவிப்பந்தலைப் பயன்படுத்திக்கொள்கிறேன். (கோவைதான் சரியான சொல்; கோர்வை கிடையாது; திருக்கோவையார் என்பதே நூல்; கோவை என்றால் ஒரே சிராகத் தொகுத்துக் கோர்ப்பது).

தமிழ்ப் புத்தாண்டு பற்றிய கட்டுரைகள், நெடுநல்வாடையில் இருந்து மேற்கோள் காட்டி எழுதியிருப்பேன். தமிழ்ப் புத்தாண்டு எங்கிருந்து வந்தது? தமிழுக்கு உண்மையிலேயே புத்தாண்டு உள்ளதா? என்று விலாவரியாக எழுதியிருப்பேன். ஆதிபகவன் தமிழ்ச் சொல்லா? -இந்த மாதிரி நுணுக்கமான கட்டுரைகளுக்கான ஓர் இடமாக மட்டும் மாதவிப்பந்தலை, இனி பயன்படுத்திக்கொள்வேன்.

மாதவிப் பந்தல் மட்டுமே அல்லாமல் "தினம் ஒரு சங்கத்தமிழ்" என்று என் மற்றொரு தளமும் உள்ளது. (https://dosa365.wordpress.com). சங்க இலக்கியத்தை மிக எளிமையாக்கி, பல்வேறு சுவையான தலைப்புகளில் வகைப்படுத்தி எழுதி இருக்கிறேன்.

- காதல் திருமணமா? பெற்றோர் நடப்பிக்கும் திருமணமா?
- தாலி உண்டா?
- முதலிரவு உண்டா?
- சங்கத்தமிழில் பெண் கவிஞர்கள் எவ்வளவு பேர்?
- இயற்கை வழிபாடு போய், தமிழ்நாட்டுக்கு எப்போது மதம் பிடித்தது?

(மாதவிப் பந்தல் & தினம் ஒரு சங்கத்தமிழ்)

என்பன பற்றி எல்லாம் அதில் எழுதியுள்ளேன். இது சங்கத் தமிழுக்கான ஒரு தனித் தளமாக அமைந்துள்ளது. மாதவிப்பந்தல் ஒரு பொதுவான தளமாக அமைந்துள்ளது.

சென்றகால மாதவிப் பந்தலில், பல பதிவுகள் ஆன்மீகம் தொடர்பானதாக இருக்கும்.

குறிப்பாக, ஆழ்வார் பாசுரங்கள், இராமானுசர் சிற்றளவில் செய்த சமூகநீதிப் புரட்சி போன்றவை இருக்கும். அதே சமயம் பெரியாரும் அதில் உலாவருவார். அதற்கான காரணம் என்னவென்றால்:

நான் சம்ஸ்கிருதம் கற்றுக்கொண்ட போது, என் ஆசிரியரிடம் நான் கற்றதையெல்லாம் மறந்துவிடாமல் இருக்க, அதை எழுதி வைக்க ஒரு தளமாக மாதவிப்பந்தலைப் பயன்படுத்தினேன்.

சாம வேதம் (சாந்தோக்ய உபநிஷதம்) தான் எனது சிறப்புத் துறை. புதுமொழியாக/ புது இறைக்கொள்கையாக நான் கற்றதையெல்லாம் மறந்துவிடக் கூடாது என்பதற்காக எழுதிவைத்ததுதான் மாதவிப் பந்தல் பதிவுகள். 'மாதவிப்பந்தல்' என்ற சொல்லே, ஆண்டாள் பாசுரத்தில் வருவதுதான். ("மாதவிப்பந்தல் மேல் பல்கால் குயில் இனங்கள் கூவின காண்" – திருப்பாவை 18).

தென்கலை வைணவத்தில் ஓர் கலகக் குரல், தமிழ்க் குரல், வடமொழியைப் பின்தள்ளித் தமிழை முன்தள்ளும் ஆழ்வார்கள்/ இராமானுசர் -இவற்றையெல்லாம் மறந்துவிடக் கூடாது என்பதனால் மாதவிப்பந்தலில் எழுதிவைத்தேன்.

மாதவிப்பந்தல், தினம் ஒரு சங்கத்தமிழ் – 2 தளங்களிலும், விரிவாக எழுதத் தேவைப்படும் வேளைகளில் மட்டும் எழுதுவேன். ஆனால், அங்கு முழுமையாக இயங்குவது கடினமே. மன்னிக்க. நனி சால நன்றி.

33

ஐம்பெருங் காப்பியங்களில் மிகக் கவர்ந்தது எது?

கேள்வி: ஐம்பெரும் காப்பியங்களில் உங்களைக் கவர்ந்தது எது? (சரவணன் மாணிக்கவாசகம், 05-May -2020)

நூல்	சமயம்	பாவகை	ஆசிரியர்	நூல் அமைப்பு
சிலப்பதிகாரம்	சமணம்	நிலைமண்டில ஆசிரியப்பா + கொச்சக கலிப்பா	இளங்கோவடிகள்	3 காண்டம், 30 காதை, 5001அடிகள்
மணிமேகலை	பௌத்தம்	நிலைமண்டில ஆசிரியப்பா	சீத்தலைச் சாத்தனார்	30 காதை, 4755 வரிகள்
சீவகசிந்தாமணி	சமணம்	விருத்தம்	திருத்தக்கதேவர்	13 இலம்பகம், 3145 பாடல்கள்
வளையாபதி	சமணம்	விருத்தம்	——	72 பாக்கள் கிடைத்துள்ளன
குண்டலகேசி	பௌத்தம்	விருத்தம்	நாதகுத்தனார்	224 பாடல்கள் கிடைத்துள்ளன

ஐஞ்சிறுங்காப்பியங்கள் பகுதி 6

நூல்	சமயம்	பாவகை	ஆசிரியர்	அமைப்பு
நாக குமார காவியம்	சமணம்	விருத்தம்	——	5 சருக்கம், 170 பாடல்
உதயன குமார காவியம்	சமணம்	விருத்தம்	——	6 காண்டம், 369 பாடல்
யசோதர காவியம்	சமணம்	விருத்தம்	வெண்ணாவலூா உடையார் வேள்	5 சருக்கம், 320 பாடல்
நீலகேசி	சமணம்	விருத்தம்	——	10 சருக்கம், 894 பாடல்
சூளாமணி	சமணம்	விருத்தம்	தோலாமொழித் தேவா	12 சருக்கம், 2330 விருத்தப்பாக்கள்

ஒருசொல் விடை: **சிலப்பதிகாரம்!**

விரிவான விடை இதோ: "ஐந்து காதலிகளில் யாரைப் பிடிக்கும்?" என்று கேட்பது போல் தான் இக்கேள்வியும்!☺ தமிழ் இலக்கியம் மொத்தமுமே சுவையானதுதான். கம்பராமாயணம் (இராமாவதாரம்) கூடச் சுவையானதே. கம்பர், சம்ஸ்கிருத இராமாயண மூலநூலை, ஒரு வழிநூலாகச் செய்தாலும், தமிழ்க் காப்பியச் சுவையும் உள்ளதே கம்பராமாயணம் என்பதைக் கொள்கையாளர்களும் மறுக்கவியலாது.

ஐம்பெரும் காப்பியங்களில் எனக்கு மிகப் பிடித்த நூல், சிலப்பதிகாரம். பெர்க்கிலி கலிபோர்னியா பல்கலைக்கழகத்தில் (University of California, Berkeley) எனது முனைவர் பட்ட ஆய்வேடு, சிலப்பதிகாரத்தில் செய்யப்பட்டதே. அதன் தலைப்பு: "இளங்கோ வென்ற தமிழ், கம்பன் கொன்ற தமிழ்".

இளங்கோவையும் கம்பனையும் – இலக்கிய இலக்கணம், காப்பிய அமைப்பு, இயல் அமைப்பு, இசை அமைப்பு, நாடக அமைப்பு, காதை/படலம், வடிவம், வரலாறு, பொதுமக்களின் உணவு உடை உறையுள் வாழ்வியல், மன்னர்களின் அரசியல், மக்களின் சமூகப் பொருண்மை இப்படிப் பல கோணங்களில் ஒப்பியல் செய்த ஆய் வேடே அது!

பலரும் அத்தலைப்பைப் பார்த்து முதலில் அச்சப்பட்டாலும், பிறகு பலரும் கூர்ந்து வாசித்துப் போற்றினார்கள். நான், தமிழை மட்டுமே பயிலாது, தமிழும் பிற மொழிகளும் உடன் பயின்று, தமிழோடு பிற மொழிச் சிறப்புகளையும் ஒப்புநோக்கும் ஒப்பியல் இலக்கியம், ஒப்பியல் இலக்கணம் (Comparative literature/ Comparative linguistics) துறையில்தான் பணியாற்றுகின்றேன். நம் ஒவ்வொருவருக்கும், ஒவ் வொரு சுவையார்வம் உள்ளது. அதற்காக, பிற சுவைகள் சுவை யற்றவை என்று சொல்ல முடியாது அல்லவா. போலவே, நான் மிக ஆழ்ந்து சுவைத்தது சிலப்பதிகாரத்தைத்தான்! ஏனெனில் அது நெஞ்சை அள்ளும் சிலம்பு; அப்படித்தான் பாரதியாரும் பாடுகிறார்.

பொதுவாக, அந்தக் காலத்தில் மன்னர்கள்/தலைவர்கள் மீதே நிறைய இலக்கியங்கள் பாடப்பட்டன. அன்றைய சமூக வாழ்வி யலில், மன்னர்கள் மிக முக்கியமானவர்கள். மன்னர்களே, நாட்டை உருவாக்குகிறார்கள், மக்கள் வாழ்வியலையும் வகுக்கிறார்கள், நாட் டுக்கு வரி (இறை) விதிக்கிறார்கள். அதனால்தான் 'இறைவன்' என்று மன்னர்களுக்கே அப்பெயர் முதலில் வழங்கிற்று; இறை விதிப்பவன் இறைவன். இறை செலுத்துபவர்கள் மக்கள். திருக்குறளில் இறைவன் என்ற சொல், மன்னன்/தலைவன் என்ற பொருளில் தான் நிறைய வருகிறது. இறைமாட்சி என்றால், மன்னனுடைய மாட்சி.

அம்மாதிரியான மன்னன் சார்ந்த சமூகச் சூழலில், பொது மக்களையே கதை மாந்தர்களாக/கதைத் தலைவர்களாக அன்று வைத்தது சிலப்பதிகாரம் மட்டுமே! எங்கோ இருக்கும் கண்ணகி, மாதவி, கோவலன் போன்ற பொதுமக்களைக் காப்பியத் தலைவி யாகவும் தலைவனாகவும் வைப்பது, அன்று அத்துணை எளிதான

செயல் அல்ல. அதற்காக மன்னர்களையும் ஒதுக்கிவிடவில்லை. சேர சோழ பாண்டியர் வேளிர் என்று ஆள்வோரும் உள்ளார்கள். ஆனால், ஆள்வோரை இரண்டாம் நிலையாக்கி, மக்களை முதல்நிலை ஆக்கக் கூடிய ஒரு பொதுமக்கள் காப்பியம். மன்னர் ஆட்சிக் காலத்திலேயே, மக்களாட்சி திகழ்ந்த காப்பியம்.

மேலும், தமிழில் வந்த நெடுங்கதைகளுள் சிலப்பதிகாரமே ஆதி! அதற்கு முன் வந்தவை பலவும், சங்கத்தமிழுள் சில கதைகள் உட்படக் குறுங்கதைகளே. சிலம்பு தான் நாடக விரிவிலே, நெடுங் கதையாக அமைந்தது.

இளங்கோவடிகள்

இக்காப்பியத்தின் அமைப்பு, உரையிடை இட்ட பாட்டுடைச் செய்யுள்; அதாவது உரையும் பாடல்களும் கலந்துகலந்து வருவது. (Prose and Poetry.) பாடல்களிலேயே, இயற் செய்யுளும் வரும்; இசைப் பாசுரமும் வரும். பா+சுரம் என்றால் பண்ணோடு வரும் பாடல்.

இளங்கோவடிகள், தானே ஒரு கவிஞராய், இசையமைப்பாளராய், உரையாடல் (வசன) ஆசிரியராய், நாடகாசிரியராய், திரைக்கதை ஆசிரியராய், இயக்குநராய். அவ்வளவு துறைகளிலும் கோலோச்சி, பல நுட்பங்களைக் காப்பியத்துள் அடக்குகிறார்.

நாடகக் காப்பியம் மட்டுமல்ல, மாந்தவியல் காப்பியம் சிலப்பதிகாரம். தமிழகத்திலும் ஈழத்திலும் சமூகம் மாறத் தொடங்கும் காலம்; சங்க கால நெறிகள் போய், புது நெறிகள் தமிழ்ச் சமூகத்தைச்

சூழும் காலம். சமுதாயம் எப்படியெல்லாம் மாறுகிறது என்பதைக் காட்சிப்படுத்துகிறார் இளங்கோ.

நடுகல் வழிபாடு/ இயற்கை வழிபாடு என்று இருந்த தமிழ்ச் சமுதாயம், எப்படியெல்லாம் நிறுவனப்படுத்தப்பட்ட சமயங்களுக்கு மாறுகிறது என்பதையும், பெண்மை/ஆண்மை சமூகநெறிகளும், காதல், திருமணம், குடும்பம், சமூக வாழ்வியல், அரசியல், போர் என்று பல முறைமைகளும் மாறத் தொடங்கும் ஒரு வரலாற்று நாற் சந்தியை அப்படியே படமாக்கிக் காட்டியிருக்கிறார், இளங்கோ வடிகள்.

இளங்கோவடிகள் சமணர் என்று ஒரு கருத்து, ஆய்வாளரிடையே நிலவுகிறது. ஆனால், உறுதியான தரவுகள் இல்லை. ஆனால், அவர் ஒரு துறவி, சேரன் செங்குட்டுவனின் உடன்பிறப்பு. தான் சார்ந்த கொள்கைகள் பல இருப்பினும், அவற்றையெல்லாம் தன் காப்பியத் தில் திணிக்காது, தன்னைப் பின்தள்ளி தமிழை முன்தள்ளும் அறம் மிகு ஆளுமை, தமிழ் அடிகளான இளங்கோ அடிகள்.

அன்றைய சமுதாய மாற்றங்களாக என்னென்ன நடந்தன -ஒரு பக்கம் வேலன் வெறியாட்டு/திருமால் குரவைக் கூத்து என்று ஆதி குடிகளின் இசை/நடனமாய்ப் பதிவு செய்கிறார்; இன்னொரு பக்கம் தமிழ்த் திருமாலும்/முருகனும், சம்ஸ்கிருத விஷ்ணு/சுப்ரமண்யர்கள் ஆவதையும், அவர்களின் மேல் ஏற்றப்படும் புதிய புராணக் கதை களையும் பதிவுசெய்கிறார்.

“கரியவனைக் காணாத கண்ணென்ன கண்ணே,

நாராயணா என்னாத நாவென்ன நாவே”

என்று குரவைக் கூத்திலே, ஆதிகுடிக் கரியவன் மாயோனையும், சம்ஸ்கிருத விஷ்ணுவின் அவதாரக் கதைகளையும் சேர்த்தே சொன்னா லும், இனி தமிழர்கள் எல்லோரும் விஷ்ணுவையே அடிபணிய வேண்டும் என்ற பொருளிலும் அதை இளங்கோ பாடவில்லை. ஏனெனில், அடுத்து இதே விஷ்ணு/சிவன், சமணப் பாடல் பகுதியில், சமணச் சான்றோரான அருகனின் காலடியில் பணிந்து வணங்கு கிறார்கள் என்றும் காட்சிப்படுத்துகிறார். இந்த முரண்கள் எப்படிச் சாத்தியம் எனில், இவை யாவும் இளங்கோவடிகளின் சொந்தக் கூற்று அல்ல, அந்தந்தக் கதைமாந்தர்களின் கூற்று.

“சங்கரன் ஈசன் சயம்பு சதுமுகன்,

விண்ணவன் வேத முதல்வன்,

அங்கம் பயந்தோன் அருகன் அருள்முனி”

அருகன் அருள்முனி

சமணர்கள், திருச்சிராப்பள்ளி/ திருவரங்கத்துக்கு அருகில் உறையூரில் உறைந்திருக்க, கவுந்தி அடிகளும் கோவலனும் கண்ணகியும், மதுரைக்குப் போகும் வழியில் அங்கு தங்கும் போது, அருகனைப் போற்றக்கூடிய சமண அருச்சனைகளைப் பாடுகிறார்கள்.

சிலப்பதிகாரமே, குரவைக் கூத்தில் விஷ்ணுவைப் புகழ்கிறது என்று சொல்பவர்கள், அதே சிலப்பதிகாரத்தில் அதே விஷ்ணு, அருக பகவானின் காலடியில் வணங்கும் அருச்சனைப் பாடலை மட்டும் கண்டுகொள்ளாமல் கடந்துவிடுவார்கள்.

ஆகா! இளங்கோவடிகளே, நாராயணன் புகழ் பாடுகிறார் என்று சில அரைகுறையாளர்கள், தற்பிடித்த மதப் பற்றால் பிதற்றினாலும், அவை இளங்கோவடிகள் நாராயணனைத் துதிக்கும் பாடல்கள் அல்ல; கதையில் வரும் வெவ்வேறு சமூக மக்கள், அவரவர் தெய்வங்களைத் துதிக்கும் பாடல்களே! அது இளங்கோவின் கொள்கை அன்று! ஊர் மக்களின் புதுநெறி புகல்! இயற்கையான நடுகல் வழிபாட்டை விட்டு, புராண வழிபாட்டுக்கு மதம் மாறும் மக்களின் வாழ்வியல் காட்சிப்படுத்தப்படுகிறது; அவ்வளவே. பழைய குரவையில், புதிய சமயங்களின் கதை!

சிலப்பதிகாரக் காலக் கட்டம், தமிழ்நாட்டின் ஒட்டுமொத்தச் சமூகமே மாறத் துவங்கிய காலக் கட்டம். சங்க காலக் காதல் திருமணங்கள் போய், பெற்றோர்கள் பார்த்து வைக்கக்கூடிய திரு மணங்கள் நடக்கத் துவங்கிய காலம். கண்ணகி-கோவலன் திருமணமே, பெற்றோர் பார்த்து நடத்திய திருமணம்தான்.

கோவலனின் அப்பா மாசாத்துவான்; அவர் ஒரு வணிகர். கண்ணகி யின் அப்பா மாநாய்கன்; அவரும் ஒரு வணிகர். மன்னனுடன்

நெருங்கிய தொடர்பில் இருந்த இந்தப் பெருவணிகர்கள், மன்னன் வைதீக நெறிக்கு மாறத் துவங்கியதால், தாங்களும் மாறத் துவங்கு கின்றனர். எல்லோரும் உடனே மாறவில்லை. மேல்குடியிலிருந்து கொஞ்சம்கொஞ்சமாகப் பரவத் துவங்குகிறது.

கண்ணகி-கோவலனின் திருமணத்தைச் சம்ஸ்கிருத வேத வழிப் படி, ஓர் ஆரியப் பார்ப்பனர்தான் நடத்திவைக்கிறார். கண்ணகி, தன் அப்பா-அம்மாவின் சொல்லுக்காக வைதீகத் திருமணம் செய்து கொள்கிறாளே தவிர, முழுக்க நெறி மாறவில்லை; பழந்தமிழர் சமயக் கோட்பாடுகளில்தான் இன்னும் இருக்கிறாள். அதனால்தான், திருமணத்துக்குப் பின், மேலும்மேலும் வைதீகச் சடங்குகள் செய்ய மறுக்கின்றாள்.

தன் கணவன் பிரிந்து மாதவியிடம் சென்ற பின்னர், கண்ணகி மனத் துன்பம் அடைந்தாலும், புதிதாய் வந்துள்ள வேத மதத்தின் பரிகாரச் சடங்குகளைச் செய்து, இழந்த கணவனை மீளப்பெறலாம் என்ற ஆலோசனையைக் கண்ணகி மறுக்கின்றாள். வீட்டருகே குடி வந்துள்ள பார்ப்பனத் தோழியான தேவந்தி என்பவள், பூம்புகார் நகரிலே இரண்டு பரிகார குண்டங்கள் வந்துள்ளன -சோம குண்டம் & சூரிய குண்டம். அங்கு சென்று பரிகாரம் செய்தால், பிரிந்த போன கணவன் திரும்பி வந்துவிடுவான் என்று அழைக்கிறாள்.

இன்றைய அறிவியல் காலத்திலும், நாமேகூட, சரி, செய்துதான் பார்ப்போமே? என்று செய்யத் தலைப்படுவோம். ஆனால், கண்ணகியோ, பிரிந்து சென்ற கணவன் அன்பால் வந்தால் வரட்டும்; பரிகாரத்தால் எல்லாம் வர வேண்டாம் என்று பீடுடன் கூறுகிறாள். "இஃது எமக்குப் பீடன்று" என்று மறுக்கும் கண்ணகியின் திறம். இவளா பத்தாம்பசலிப் பெண்? அல்லவே அல்ல!

இன்று எல்லாவற்றுக்கும் ஒரு பரிகாரம் செய்ய முற்படும் மக்கள் கூட்டம். தமிழகத்தில் ஜோசிய பரிகாரங்களின் துவக்கம் எங்கே? என்பதைக் காட்சிப்படுத்தும் சிலப்பதிகாரம். அந்தப் பரிகாரத்தையும் காட்டும், அந்தப் பரிகாரம் எனக்குத் தேவையில்லை என்று மறுப் பதையும் காட்டும். எதையும் ஒளிவுமறைவு இல்லாமல், அந்தச் சமுதாயச் சக்கரம் சுழல்வதை அப்படியே காட்டும் இளங்கோ. வரலாறு சொல்கிறார். புவியியல் சொல்கிறார். மாந்தவியல் சொல் கிறார். சமூகவியல் சொல்கிறார்.

சோழ நாட்டிலிருந்து பாண்டிய நாட்டுக்குச் செல்வதற்கு, இரண்டு வழிகளைக் காட்டுகிறார் -அழகர்கோயில் வழி & சிறுமலை வழி. இன்றும் மதுரைக்குப் போகும் வழிகளாய்ப் பயன்படுத்துகிறோம்.

போலவே திருச்செந்தூர், ஏரகம், திருச்செங்கோடு என்று முருகன் தலங்களைக் காட்டும் இளங்கோ, திருவேங்கட மலை மேல் நிற்கும் ஆதிகுடித் தெய்வம் யார்? என்றும் தெளிவுபடக் காட்டுகிறார்.

"வீங்கு நீர் அருவி வேங்கடம் என்னும்
ஓங்கு உயர் மலையத்து உச்சி மீமிசை
பகை அணங்கு ஆழியும், பால் வெண் சங்கமும்,
தகை பெறு தாமரைக் கையின் ஏந்தி,
பொலம் பூ ஆடையின் பொலிந்து தோன்றிய,
செங் கண் நெடியோன் நின்ற வண்ணமும்"

இன்றைய மக்கள் சிலர், அது முருகன் என்று சமயத் தற்பிடித் தமாய்க் கற்பனை ஊகங்கள் கிளப்பினாலும், இளங்கோவடிகளோ, திருவேங்கட மலை மேல் நிற்பது, இன்னொரு தமிழ்க் கடவுளாகிய திருமால்தான் என்ற வரலாற்றையும் காட்டுகிறார். தமிழ்க் கடவு ளான முருக அன்பர்கள், தங்களுடைய முருக பக்தியை வைத்து, மலைமேல் இருப்பவனெல்லாம் முருகனே என்று ஒப்புக்கு வாதிட் டாலும், சங்கத் தமிழ் அதுவல்ல. குறிஞ்சி/முல்லை எல்லாமே ஒன்றோடொன்று இயைந்தே இருப்பதுதான். மலையில் காடும் இருக்கும்; காட்டில் மலையும் இருக்கும். சமணரே ஆயினும் மதம் கடந்த இளங்கோவடிகள் போல், வரலாறு/புவியயில் முறைமையில் அணுக வேண்டுமேயன்றி, தற்பிடித்தத்தால் அணுகலாகாது.

தமிழகத்தில் ஆறுகள் எப்படி ஓடுகின்றன? மேற்குத் தொடர்ச்சி மலையின் முல்லைப் பெரியாறு நிலத்தைப் பிரிப்பது எப்படி? கடல் துறைமுகங்களில் என்னவெல்லாம் நடக்கின்றன? அன்றைய வணிக/ சுங்க முறைமைகள் யாவை? – இப்படி சிலப்பதிகாரம் முழுதுமே, சமூகக் காட்சியாக்கம்!

பெண்ணடிமை: அன்றைய தமிழ்ச் சமுதாயத்தில் மத மாற்றம் மட்டுமே நிகழவில்லை; பண்பாட்டு மாற்றமும் கூடவே நிகழ்கிறது. மக்கள் வைதீக மதத்துக்கு மாறும் போது, ஆண்களும் பெண்களும் புதுப் பண்பாட்டு வழக்கங்களுக்கும், Sentiment என்ற உணர்ச்சி களுக்கும் மாறுகிறார்கள். வைதீகப் பண்பாட்டில் ஆண்களுக்குத் தான் முதன்மை. தாய்வழிச் சமூகம் வேதவழிகளில் இல்லை. உலகம் முழுதுமே, பெண்ணடிமை அன்று இருப்பினும், அளவுகள் மாறு பட்டு இருந்தன. தமிழ்ச் சமுதாயமும், உலகச் சமுதாயத்துக்கு விதி விலக்கு அல்ல. எனினும், வைதீக மதம் பரவிய பின், தமிழகத்தில் அது இன்னும் மோசமான நிலைக்குச் சென்றது.

சங்கத்தமிழ் வாழ்க்கையில், களவியல்/கற்பியல் என்ற இயல்பான காதல்/குடும்ப வாழ்வு போய், கற்பு என்றாலே உடல்சார்ந்த

பெண்ணொழுக்கம் என்று ஆயின காலம். சங்கத்தமிழில், பெண் பரத்தைக்கு ஈடான ஆண் பரத்தன் – இதெல்லாம் பின்வரும் காலங்களில் மறைந்து போனது.

சங்கத்தமிழ்க் காலம் & சிலப்பதிகாரக் காலம் -கற்பனை செய்து பாருங்கள்:

பரத்தை ஒருத்தி காப்பியத் தலைவி!

பரத்தைக்குப் பிறந்த மகள், இன்னொரு காப்பியத் தலைவி!

இதெல்லாம், பிற்கால இலக்கியத்தில் நடக்குமா? வால்மீகியே பாடாத ஒன்றைக் கம்பன் வலிந்து மாற்றக் காரணம் என்ன? இராவணன், சீதையைத் தொட்டுத் தூக்கிச் செல்வதைக்கூட, கம்பன் தொடாமல் தூக்கிச் சென்றதாக மாற்றிப் பாடக் காரணம் என்ன? பெண்ணொழுக்கம், உடல் சார்ந்ததாக மாற்றப்படுகிறது பிற்காலச் சமூகத்தில். ஆனால், சங்கத் தமிழ்ச் சமூகத்தின் எச்சங்களாக, இன்னும் சில பண்பாடுகள் ஒட்டிக்கொண்டிருக்கும் சிலப்பதிகாரக் காலத்திலோ, பரத்தையும் பரத்தையின் மகளும் காப்பியத் தலைவிகள் ஆவதில், எந்தவோர் ஒவ்வாமையும் இல்லை, சமூகத்தில்!

ஆனால், அந்தப் பழந்தமிழ்ப் பெண்ணிய மாண்பெல்லாம் கொஞ்சம்கொஞ்சமாய்ப் பறி போய், மதம் சார்ந்த போலி ஒழுக்க நெறிகள் பெண்கள்மீது சுமத்தப்பட்டு, பல்லாண்டுப் பெண் கொடுமைகளுக்குப் பிறகு, இன்றுதான் அறிவியல்சார் நாகரிகத்தால் தவறுகள் பல களையப்பட்டு, பெண்-ஆண் சமன்மை மீட்டெடுத்துக் கொண்டுள்ளோம்.

கோவலன் ஒரு கலைச்சுவை வல்லுநன் (*Art connoisseur*). அவன் மாதவியின் கலையில் மயங்கித்தான் அவளிடம் முதற் தொடர்பு கொள்கின்றான். பாடல் இசைக்கக் கூடியவன்; யாழ் மீட்டக் கூடியவன்; அவனுக்கும் மாதவிக்கும் ஒத்துப்போகிறது. காதல் திருமணம் என்றால்கூட, கண்ணகி-கோவலன் மனம் ஒத்துப் போயிருக்கும். ஆனால் இதுவோ, பெற்றோரால் ஏற்பாடு செய்யப் பட்ட திருமணம் என்பதால், ஒருவரை ஒருவர் அறியாது முரண்டு பிடிக்கிறது.

பிற்பாடு திருந்தி, மீண்டும் கண்ணகியிடமே வந்தாலும், நாணும் ஆணின் மனமும் மானமும், பெண்ணிடம் கூனிக் குறுகுகிறது. பெண்ணோ, கணவனை அடையச் சடங்கு செய்ய மறுத்தவள்; ஓர் அமைதியான வீறுடனே அவனை மீண்டும் ஏற்றுக்கொள்கிறாள்.

அடுத்து வாழ்க்கையைச் செலுத்த, அவன் கேளாமலேயே, காற் சிலம்பு கழட்டித் தருகிறாள்.

இன்னொரு முக்கியமான குறிப்பு: அச்சிலம்பு, கண்ணகியின் மாமியார் வீட்டுச் சிலம்பு, கண்ணகியின் தாய் வீட்டுச் சிலம்பு அல்ல! நம் பெண்கள், விவரமானவர்கள்!☺ சிலம்பு கழி நோன்பு என்ற சடங்கியல், அந்நாள் வழமை. தாய்வீட்டுச் சிலம்பு கழற்றி, அவர்களிடமே ஈந்துவிட்டு, புகுந்தவீட்டுச் சிலம்பு இடுதல். அதையே கண்ணகி, கோவலனிடம் அவன் கேளாமலேயே தருகிறாள். உறவினர் முகத்தில் விழிக்கவொட்டாது, இருவரும் புதுவாழ்வு காண, ஊரை விட்டு நீங்குகிறார்கள்.

பிற்காலப் புலவர்கள் அரசனைப் பற்றி, உலா என்று ஒன்று எழுதினார்கள். சிற்றிலக்கிய வகையில் வரும். 60 வயது அரசன் உப்பரிகையில் நடக்கும் போது அவனை, 5 வயது முதல், 50 வயது வரை உள்ள பல பெண்கள் (ஏழு பருவங்கள்) எவ்வாறு கண்டு மயங்கி, தங்கள் உடலில் காம மாற்றங்கள் உணர்ந்தார்கள் என்றெல்லாம், கூச்ச நாச்சமில்லாத பின்னாள் ஆணாதிக்கம், துதி மனப்பான்மை.

ஆனால், இவ்வாறெல்லாம் அரசன் துதி செய்யாமல், ஓர் அரசனின் அவைக்குள்ளேயே நுழைந்து, “தேரா மன்னா” என்று ஒரு பெண் இடித்து உரைக்கின்றாள் என்றால், பெண்மையின் வீறுதான் என்னே! அன்றைய அரசியல் மாண்புதான் என்னே! மக்களாட்சி மிகுந்த இன்றைய காலத்திலேயே, சட்டப் பேரவைக்குள் நுழைந்து, ஒரு முதலமைச்சரைத் “தேரா முதல்வா” என்று கூறிவிட முடியுமா என்ன? ☺

கானல் வரி, ஊர்சூழ் வரி, குன்றக் குரவை, ஆய்ச்சியர் குரவை, அரங்கேற்றுக் காதை.. என்றெல்லாம் தொல்தமிழின் இசையும் நாட்டியுமும் பொதிந்துள்ள கலைக்கருவூலம், சிலப்பதிகாரம்! அம்மானை, சந்தநடை, விளையாட்டுகள், ஐந்துகல்/ஏழுகல் வைத்து விளையாடும் தட்டாங்கல்.. என்று எத்தனை எத்தனை சமூகச் சேதிகள், இக்காப்பியத்தில்! ஒரு மதத்தையோ/ ஒரு சமயத் தத்து வத்தையோ மட்டும் பெருமை பேசத் தமிழைப் பயன்படுத்தாது, மக்கள்.. மக்கள் என்று தமிழ் மக்களின் வாழ்வியலையே பேசும் சிலப்பதிகாரம்!

மணிமேகலையும் சிறந்த காப்பியம்தான்; குழந்தை மணிமேகலை முறையான திருமண உறவில் பிறக்காதவள். ஆனாலும், அக்குழந் தையைக் காப்பியத் தலைவியாக வைப்பதற்கு, அன்றைய சமூகத்தில்

எத்துணைத் துணிச்சல் வேண்டும்? அந்தச் சமூகமும் எத்துணை ஒவ்வாமையின்றி இருந்திருக்க வேண்டும்? இல் பரத்தை/ நயப்புப் பரத்தை என்று, பரத்தையருக்கும் மாண்பளித்த சங்கத்தமிழ்.

இந்தச் சமூகப் பொருண்மைதான், எனக்குச் சிலப்பதிகாரம் மிகமிகப் பிடித்துப் போகக் காரணம்.

மணிமேகலையும் பிடிக்கும்தான்; ஆனால், அது சமூகத்தைவிட, பௌத்த சமயக் கருத்துகளைச் சற்று ஆழ்ந்து போதிக்கும். நிறைய புனைவுகளும் கற்பனைகளும் குறியீடுகளாகக் கலந்து வரும்; அமுத சுரபி என்பது ஒரு மீப்புனைவுக் குறியீடே; மணிமேகலை, எப்படி அத்தனை பேருக்கும் உணவிட்டாள் எனில், தாத்தா பாட்டியின் சொத்துகளை வைத்தே. கண்ணகி-கோவலன் இருவரின் பெற்றோர் களும், மேகலைக்கு வணிகப் பெருஞ் சொத்துகளை எழுதி வைத்து விட்டு, ஆசீவக/பௌத்தத் துறவிகளாகச் சென்றுவிடுகிறார்கள். அப்பெருஞ் சொத்தினை வைத்துத்தான், மணிமேகலை பலருக்கும் உணவளிக்கிறாள். ஆனால், ஒரு காப்பியச் சுவைக்காக, அமுதசுரபி போன்ற புனைவுகள் சேர்க்கப்பட்டிருக்கின்றன.

ஐஞ்சிறு காப்பியங்கள் ஐந்துமே சுவைதான் -யசோதர காவியம், உதயண குமார காவியம், நாக குமார காவியம், சூளாமணி, நீலகேசி – ஐந்துமே சமணம் சார்ந்தவையே, சில நூல்கள் முழுமையும் கிட்டா விடினும்.

ஐம்பெரும் காப்பியங்களுள் – குண்டலகேசி/ மணிமேகலை பௌத்தம் சார்ந்தவை, வளையாபதி/ சீவக சிந்தாமணி சமணம் சார்ந் தவை. இளங்கோவடிகள் சமணராகவே கருதப்படினும், எம்மதமும் சாராத, மக்களை மட்டுமே சார்ந்த பேரிலக்கியம், சிலப்பதிகாரம்!

சிலப்பதிகாரத்துக்கு முன்பு, தமிழில் பெருங்காப்பியங்கள் இல்லை. சங்கத்தமிழில் சிறிய கதைகள் நிறைய விரவி வரினும், நீண்ட கதையாக முதலில் வந்தது சிலப்பதிகாரம்தான்.

ஓர் அம்மாவுக்கு எப்படித் தன் தலைச்சன் குழந்தை பிடிக்குமோ, அது போல எனக்குச் சிலப்பதிகாரம் – தாயும் சேயுமாய் என் தமிழ்ச் சமூகநீதிச் சிந்தனைகளுக்கு, நெஞ்சையள்ளும் நல்லதிகாரம், சிலப் பதிகாரம்! சிலப்பதிகாரம்!

34

யார் தமிழர்?
இக்கேள்விக்கு உண்மையான பதில் என்ன?

கேள்வி: யார் தமிழர் என்ற கேள்வி இன்னமும் இருந்து கொண்டிருப்பதை எப்படிப் பார்க்கிறீர்கள்? இந்தக் கேள்வியைக் கேட்கும் எல்லோருக்குமான பதில் என்ன? (இனியும் அவர்களுக்குச் சந்தேகம் வரக் கூடாது) (பூங்குன்றன், 08-May-2020)

யார் தமிழர்? என்றால் ஐயன் வள்ளுவன் சொல்வதுதான் விடை -பிறப்பொக்கும் எல்லா உயிர்க்கும்! எனவே தமிழும் பிறப்பால் ஒக்கும்! அனைவருக்கும் ஒக்கும்!

தமிழ் = பிறப்பால் அல்ல! பற்றால்! தமிழ் = பிறப்பால் அல்ல, உணர்வால்!

பிறப்பால் மட்டுமே ஒருவன் தமிழன் என்ற வரையறை (நிர்ணயம்) இங்கு இல்லை. ஒரு காலத்தில் வெளியுலகப் புழங்கல் இல்லாமல், அயலக உறவு இல்லாமல், நம்முடைய நிலத்துக்கு உள்ளேயே தங்கியிருந்து, அந்த நிலத்திலேயே பிறந்து வாழ்ந்து மறைந்து, அந்த மொழியைக் கற்று வந்தவர்கள் மட்டுமே தமிழர்கள் என்ற எண்ணம் இருந்தது.

ஆனால், சங்கத்தமிழ்க் காலத்திலேயே யவனர்கள் (ரோமானிய/ கிரேக்க மக்கள், பாண்டியனின் அவையில் வேளைக்காரர்களாக (வேலை அல்ல; வேளை) அதாவது காலத்தைக் கணக்கிடும் அலு வலர்களாக இருந்துள்ளார்கள். அரண்மனைக் காப்பு அதிகாரிகள், துறைமுகச் சுங்க அதிகாரிகள் என்று பல நிலைகளில் இருந்துள்ளார்கள். இங்கேயே மணமுடித்தோ அல்லது வாழ்வியலைக் கொண்டோ நிலையாக வாழ்ந்தும் உள்ளார்கள்.

சீன நாட்டின் யுவான் சுவாங், பாஹியான் போன்றவர்கள் பயணம் வந்து, படித்துவிட்டுச் சென்றுவிட்டனர். ஆனால், இங்கேயே தன்னுடைய வாழ்வியலை ஒப்புக்கொடுத்தோர் பலரும், பிறப்பால் தமிழர்கள் அல்லாவிட்டாலும், தமிழைப் பயின்று, தமிழைக் காதலித்து, தமிழ்நாட்டுக்கே தம் வாழ்வியலையும் கொடுத்துள்ளார்கள்!

ஐயன் வள்ளுவனுடைய நெறிப்படி அவர்களும் தமிழர்களே! தமிழர்கள் என்பதைத் தமிழ்ப் பிறப்பால் மட்டுமே வரையறுக்காமல், தமிழ்ப் பற்றாலும் கொள்வதே அறம்! கீழ்க்காணும் சில தமிழறிஞர் களை வாசிக்க! தம் வாழ்வின் அத்தனையும் தமிழுக்கே கொடுத்து, இங்கேயே இறந்து போனவர்கள்! அவர்களையா தமிழ் அல்ல என்பது?

- *Ziegenbalg = Germany (தரங்கம்பாடி)*
- *Karl Graul = Germany*
- *Johann Fabricius = Germany*
- *Johann Breithaupt = Germany*
- *Charles Rhenius = Germany (பாளையங்கோட்டை)*
- *Joseph Beschi = Italy (மணப்பாடு / அம்பலக்காடு-கொச்சி)*
- *Robert De Nobile = Italy (சென்னை)*
- *Francis Whyte Ellis = UK (முகவை – இராமநாதபுரம்)*
- *Robert Caldwell = Ireland (கோடைக்கானல்/ இடையன்குடி))*
- *Henrique Henriques = Portugal (புன்னைக்காயல்/ தூத்துக்குடி)*
- *George Uglow Pope or G.U. Pope = Canada/ UK*
- *Samuel Fisk Green = USA*
- *Henry Bower = UK/ India (பாளையங்கோட்டை)*
- *Kamil Zvelebil = Czech*
- *Jaroslav Vacek= Czech*
- *Jean Filliozat = France*
- *RE Asher = UK*
- *FBJ Kuiper = Netherlands*
- *Noboru Karashima = Japan*
- *Susumu Ono = Japan*

இது போல், தமிழுக்குத் தமிழர்களைவிட நிறைய கொடை அளித்தவர்கள் இருக்கிறார்களே! மாறாகப் பிறப்பால் தமிழராகப் பிறந்துவிட்டுத் தமிழையே வடமொழி ஓரவஞ்சனையால் சிதைக்கும் ஆட்களும் இருக்கிறார்களே! அதனால் பிறப்பு மட்டுமே அல்ல, தமிழ்மொழிக் காதல் உள்ள எவருமே தமிழர்கள்தான்! எப்படிக் கமலா ஆரிசு அவர்களை *Tamil American/ Indian American* என்று சொல்ல முடிகிறதோ, வீரமாமுனிவரை *Italian Tamizhan* என்றும் சொல்ல முடியும்! சி.யு. போப் போன்ற தமிழறிஞர்கள், தாங்கள் பிறப்பால் தமிழர் அல்லாவிடினும், உணர்வால் தமிழரே என்று இயம்பியும் உள்ளார்கள்.

தமிழ்ப்பற்று வேறு; தமிழ்ப்பிறப்பு வேறு என்று பிறப்பின் அடிப்படையில் மட்டுமே கொள்ளும் எதுவும் நெடுநாள் நிலைக்காது! இப்போதெல்லாம் தமிழர்களின் குழந்தைகளே, பல அயல்நாடுகளில் பிறக்கின்றன; அங்கேயே வளர்ந்து ஆளாகி, தமிழ் அறிந்தோ/ அறியாமலோ, வேறு வாழ்வியலைக் கொண்டுவிடுகின்றன. அக் குழந்தைகளின் வேர் தமிழ்தான். வாழ்வியலில் தமிழ் இல்லை என்பதற்காக, அக்குழந்தைகள் தமிழர் அல்லர் என்று ஆகிவிடுமா? *Tamil American, Indian American, Jamaican American* என்று, இரண்டு இனமும் சேர்ந்த சொற்களும் இப்போது உலகெங்கும் பெருகுகின்றன.

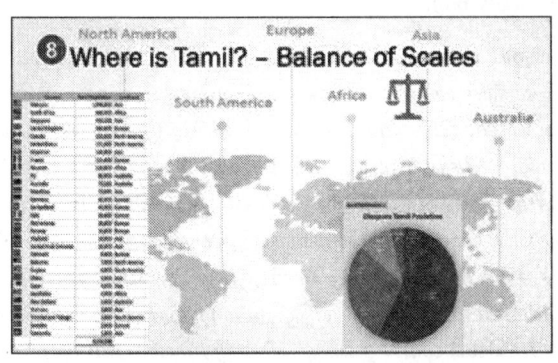

(புலம் பெயர் தமிழர்களின் மக்கட்தொகை)

மாறாக, தமிழகத்தில்/ஈழத்தில், ஒருவர் இங்கேயே பிறந்திருக் கிறார். அவரது அப்பாவும் அம்மாவும்கூட இங்குதான் பிறந்திருக் கிறார்கள். அவரது தாத்தாகூட இங்குதான் பிறந்திருக்கிறார். ஆனால், அவரது தாத்தாவுக்குத் தாத்தா வேறு எங்கிருந்தோ வந்திருக்கிறார் என்பதற்காக, இவரைத் தமிழர் அல்லர் என்று எப்படிச் சொல்ல முடியும்? தாத்தாவின் தாத்தா செய்த புலம்பெயர்வுக்கு, இவரை

எப்படிப் பொறுப்பாக்கி நொறுக்க முடியும்? இங்கேயே பிறந்து தமிழ்ச் சூழலில் வளரும் ஏதுமறியாக் குழந்தைகளை, எப்போதோ பெயர்ந்த முது முன்னோர்களின் புலம்காட்டி நொறுக்குதல் மனிதமும் அன்று, தமிழறமும் அன்று!

புலம்பெயர்வு பற்றிய அச்சத்தாலோ, பிழையான புரிதலாலோ தான் இது போல் குழப்பங்கள் ஏற்படுகின்றன. புலம்பெயர்வுக்கு அஞ்ச வேண்டியதில்லை. தமிழர்களே சங்ககாலம் முதல் பல நாடு களுக்குப் புலம்பெயர்ந்தும் உள்ளார்கள். பெயர்ந்த நாடுகளில் வாழ் வியலும், அதிகாரமும்கூட கைவரப் பெற்றுள்ளார்கள்.

இன்றைய அமெரிக்க அதிபரைக்கூட அவர் மட்டுமேதான் அமெரிக்காவின் 50 மாகாணங்களில்/ உலகப் படைப்புலங்களில் எங்கோ ஓர் இடத்தில் பிறந்திருந்தால் போதும் என்று சொல் கிறார்களே தவிர, அவரின் அம்மா அப்பாவை, முதுமுன்னோர்களை எல்லாம் இழுப்பதில்லை. மேலும் அதிபரைத் தவிர, வேறெந்த புலம்பெயர்ந்தோரும் (நம்மவர்கள் உட்பட) அதிகாரத்தில் அமரச் சட்டத்தில் இடமுண்டு. அமர்ந்தும் உள்ளார்கள். அவ்வளவு ஏன்? நம் இராசராச சோழன் மகளை அயல்நாட்டில் மணம் முடித்து, அவ்வழி வந்தோர் அங்கு ஆண்டும் உள்ளார்கள். கிருட்டிண தேவ ராயர், துளுவ மொழியர் என்றாலும், தெலுங்கு நாட்டினராகவே போற்றப்படுகிறார்.

இன்றைய மலையாளம் மட்டுமே சேர நாடு அல்ல. குட வஞ்சி, கொங்கு வஞ்சி (கரூர்), கோவை.. இன்னும் பல பகுதிகள் சேரநாடு தான். ஆனால், பெரும்பான்மைச் சேரம் இன்று மலையாளம் ஆகி விட்டதால், சேரத் தமிழையே சங்கத்தமிழில் இருந்து ஒதுக்கி விடுவோமா என்ன? தமிழ்ச் சங்கம் நிறுவிய பாண்டியருக்குக்கூட இல்லாத பெருமையை, சேரர்களுக்குத்தான் சங்கத்தமிழ் செய்துள்ளது. மொத்தச் சங்கத்தமிழிலும், சேரர் குடியின் மேல் மட்டுமே ஒரு தனி நூல் செய்யப்பட்டிருக்கு -பதிற்றுப் பத்து! பிற பாண்டிய, சோழ, வேளிர் மேலெல்லாம் தனித்தனி அரசர்கள் பாடப்பட்டுள்ளார்களே தவிர, ஒரு குடிக்கென்றே அமைந்த நூல், சேரர்களின் பதிற்றுப் பத்து மட்டுமே!

இத்துணைப் பெருமை வாய்ந்த சேரத் தமிழ், பல அரசியல் காரணங் களால், தனி மொழியாகப் பின்னாளில் கிளைத்துப் போனது. சம்ஸ்கிருத அரசியல் ஒரு பெருங்காரணம். அது மட்டுமன்றி நம் மேலும் சில பல பிழைகள் -சேரத் தமிழர்களின் மலை வாழ்வியலை நாம் புரிந்து

கொள்ளாமல், அவர்களின் மூக்கொலித் தமிழை ஏளனம் செய்து எள்ளல், சோழர்களின் அதீத சைவப் பிடிப்பால், சேரர்களின் மால் வழிபாட்டு மரபுப் பொறையின்மை, அரசியல் காரணங்களுக்காகப் பிரிவை வளர்த்த குழுக்கள், அக்குழுக்களை ஊதிவிட்ட வடமொழி வித்தகர்கள் -இப்படிப் பல காரணங்களைத் தமிழ்-மலையாளப் பிரிவுக்குச் சான்று காட்டுவார் மொழிஞாயிறு பாவாணர்.

தனியாகக் கிளைத்தது, கிளைத்துவிட்டது, இனிப் பேசிப் பயனில்லை, அவரவர் வாழ்வியல் அவரவருக்கு. தொன்மம் ஒன்றாக இருப்பினும், இன்றைய உரிமைகளை அவர்கட்கு நாமும் விட்டுக் கொடுத்துவிடப் போவதில்லை, விட்டுக்கொடுத்து விடவும் கூடாது! ஆனால், பிரிவினை நச்சை வேரில் ஊட்டிக்கொண்டே இருக்காமல், நல்லுறவு பேணுதலே தமிழ்நலம், தமிழின் வருங்கால நலம்! யாதும் ஊரே யாவரும் கேளிர் எனில், கேளிரும் நம்மவர்கள்தானே! தமிழர்கள்தானே!

தமிழக எல்லையில் வாழும் பல குடிகள், இரு மொழிகளும் அறிந்தவர்களாக இருப்பார்கள். ஆனாலும் தமிழர்களாகவே இருப் பார்கள். இவர்களையெல்லாம் ஐயுற்று மரபணுச் சோதனை (DNA Testing) செய்துகொண்டா இருக்க முடியும்? செய்தாலும் தெரியாது என்பது வேறு! முதுமுன்னோர்களின் பெயர்வுக்குத் தமிழகத் திலேயே பிறந்த குழந்தைகள் என்ன செய்யும்? அக்குழந்தைகளின் வாழ்வியல் தமிழே!

மேலும், இன்றைய அறிவியல் காலத்தில், கலப்பினத் திருமணங்கள் பெருகுகின்றன. சமூகநீதி மிக்க நல்ல மாற்றங்கள் விளைகின்றன. நம் ஈழத் தமிழ்க் குழந்தைகள், தமிழகத் தமிழர்கள் என்று பலரும் அயல்நாட்டாரைக் கரம்பிடிப்பது வெகுவாக அதிகமாகியுள்ளது. அவர்கள் வழிவரும் குழந்தைகளையெல்லாம் தமிழர்கள் அல்லர் என்று ஒதுக்கிவிட முடியுமா என்ன? கயமை மிகு பத்தாம்பசலித் தனமான 'அனுலோம-பிரதிலோம' விவாஹச் சட்டம் போட இதென்ன மனு ஸ்மிருதியா? அல்லது தமிழ் அறமா?

> "வள்ளுவர் செய் திருக்குறளை மறுவற நன்கு உணர்ந்தோர்கள்
> உள்ளுவரோ மனுவாதி, ஒரு குலத்துக்கு ஒரு நீதி?"

என்ற மனோன்மணீய வரிகளை நாம் எண்ணிப் பார்க்க வேண்டும்.

கலப்புத் திருமணங்கள் பெருகி வரும் இக்காலத்தில், பிறப்பால் மட்டுமே தமிழினத்தை 'நிர்ணயம்' செய்வது, தமிழுக்கே தீங்காகத்

தான் போய் முடியும்! அயல்மாநிலம் (அல்லது) அயல்நாடுகளில் மணம் புரிந்துள்ள தமிழர்களின் குழந்தைகள், அக்குழந்தைகளின் குழந்தைகள் யாவுமே தமிழ் அற்றுப் போய்விடும், பிறப்பை மட்டுமே காட்டித் தமிழை அறுதி செய்தால்!

இதை நாம் மட்டுமே நிர்ணயிக்காமல், அவரவர் உரிமையாக எடுத்துக்கொள்ள வேண்டும்! ஜி.யு.போப்புக்குத் தன்னை ஒரு தமிழர் என்று சொல்லிக்கொள்வதில் கூச்சமில்லையாதலால், அதை அவருடைய விழைவு என்று எடுத்துக்கொண்டு அவரை வாழ்த்துவது தான் தமிழ் மரபு! ஆனால், பிறப்பால் தமிழராகப் பிறந்தும், வேறொரு தேவபாஷைப் பாசத்தால், தன்னை ஒரு தமிழன் என்று பொதுவெளியில் நிமிர்ந்து சொல்லக் கூச்சப்படுவோரும் உண்டு! அவர்களை "இல்லையில்லை, நீ தமிழன்தான்!" என்று நாம் கட்டாயப்படுத்தவும் தேவையில்லை. அது அவரவர் விழைவுரிமை. வாழ்வுரிமை!

இக்கேள்வியின் பின்னுள்ள அரசியலும் புரிகிறது. அயலவர் நம்மை ஆளுதல் இழுக்கே!

"தமிழ் ஆய்ந்த தலைமகனே, தமிழ்நாட்டு முதலமைச்சர் ஆதல் வேண்டும்" என்பது பாவேந்தர் பாரதிதாசன் காட்டிய வழி. 'தமிழாய்ந்த' என்றுதான் சொல்கிறாரே அன்றி, 'தாத்தன் பிறந்த' என்று சொல்லவில்லை காண்க! இங்கேயே பிறந்து வளர்ந்து, தமிழுக்கே தன் உடல் பொருள் ஆவியை ஒப்புக்கொடுத்தவிட்ட பின், ஒருவர் அயலவர் அல்லர்! அவரின் 7ஆம் தலைமுறைத் தாத்தன் யார் என்று அறியாத காரணத்தால், தமிழிலேயே ஊறி, தமிழாகவே ஆகிப்போன ஒருவரை, தாத்தனைக் காட்டித் தமிழ் அல்ல என்பது தமிழ் அறம் அல்ல! ஐயன் வள்ளுவனே ஒப்ப மாட்டார்!

எனவே, ஆட்சி, கல்வி, பணி, கலை, வாழ்வு என்று அனைத்திலும் தமிழ்ச் சான்றாண்மைக்கு ஒருவர் ஒப்புக்கொடுத்துவிட்ட பின், தமிழ்= பிறப்பால் அல்ல, பற்றால்தான்! உணர்வால்தான்!

பிறப்பொக்கும் எல்லா உயிர்க்கும்! தமிழொக்கும் எல்லா உயிர்க் கும்! தமிழ்= பிறப்பால் அல்ல, பற்றால்! தமிழ்= பிறப்பால் அல்ல, உணர்வால்!

35

கணினித் திறன் பெற்றவர்கள் தமிழுக்கு எவ்வாறு தொண்டாற்றலாம்?

கேள்வி: கணினி நிரலாக்கத் திறன் பெற்றவர்கள் தமிழுக்கு எவ்வாறெல்லாம் தொண்டாற்றலாம்? *(Madhu Prasanna, 06-May-2020)*

நிரலாக்கத் திறன் *(coding skills)* இன்றைய பல்துறைப் பணிகளுக்கும் மிகமிகப் பயனுள்ள ஒன்று. மொழியியல் துறையிலும் அவ்வண்ணமே. தமிழ்மொழியை இலகு செய்யும் புள்ளிகளில் நிரலாக்கத் திறன் உள்ளவர்கள் என்னவெல்லாம் செய்யலாம்? என்பதை ஒரு பட்டியல் போலச் சொல்லிவிடுகிறேன்.

1. தமிழ் இலக்கணம் சார்ந்து அதை இலகு செய்யக்கூடிய பல நுட்பங்களைத் தமிழ்மொழிக்கு உருவாக்கிக் கொடுக்கலாம். குறிப்பாக எங்கெங்கெல்லாம் சந்தி மிகும்/சந்தி மிகாது, சந்திக்குப் பதிலாக நிறுத்தற் குறிகள்/ தரிப்புக் குறிகள் போன்றவற்றை எங்கு பயன்படுத்திக் கொள்ளலாம் என்பதற்கான தானியங்கு பிழைதிருத்தி *(Auto Spellchecker)* போல ஒரு செயலியை உருவாக்கிக் கொடுக்கலாம். இப்போதுள்ளவை அத்துணைப் போதுமானதாக இல்லை.

2. வடமொழிச் சொற்களுக்கு இணையான நேரடித் தமிழ்ச் சொல்லை மாற்றித் தரும் செயலிகளை/ நிரல்களை உருவாக்கலாம் *(Auto Sanskrit Remover)*.

   சான்றாக, உதாரணம்/ சந்தோஷம் என்று எழுதப்பட்டால் அதைச் சான்று/ மகிழ்ச்சி என்று தானே மாற்றித் தருவது போல ஒரு செயலி. இவ்வாறு வடசொற்களுக்கு இணையான தமிழ்ச் சொற்களை, நான்கு-ஐந்து முறை தானே மாற்றித் தரும்போது ஆறாவது முறை நாமே நேரடித் தமிழ்ச்சொல்லைப் பயன்படுத்தத் துவங்கிவிடுவோம்.

(வடமொழி திருத்தி)

3. மக்கள் பேச்சுவழக்காகத் தமிழ் வாக்கியங்களுக்கு இடையில் சொல்லும் ஆங்கிலச் சொற்களைத் தமிழிலோ (அல்லது) அப்படியே ஆங்கிலத்திலோ மாற்றித் தருவது. (Auto Tanglish Adapter)

சான்றாக: 'மேட்னீ ஷோ' என்று எழுதினால் அதனை 'matinee show' என்றோ அல்லது 'நண்பகல் காட்சி' என்றோ, (அல்லது) நண்பகல் காட்சி என்ற தமிழ்ச் சொல்லாகவும் கூடவே அடைப்புக் குறிக்குள் ஆங்கிலத்தில் (matinee show) என்றும் மாற்றித் தருவது போலச் செயலிகள் செய்யலாம்.

4. தற்காலத்தில் தொழில்நுட்பக் காரணங்களுக்காக ஆங்கிலப் பயன்பாடு அதிகரித்துள்ளது. இங்கே ஆங்கிலத்தை ஆங்கிலத்திலேயே எழுதிவிட்டால் சிக்கல் இல்லை. சில நேரங்களில் தமிழாக்கம் புரிந்துகொள்ளக் கடினமாக உள்ளது என்றால், அந்தத் தமிழ்ச்சொல்லுக்கு அருகிலேயே ஆங்கிலச் சொல்லையும் அடைப்புக்குறிக்குள் எழுதுவது பயன் தரும். (Technical Terms Adapter).

சான்றாக: பாட்காஸ்ட் என்று எழுதுவதை, ஒலியோடை (Podcast) என்பது போல் மாற்றித் தரும் செயலிகள்.

இதுபோல பல பணிகளை நிரலாக்கத் திறன் உள்ளவர்கள் தமிழுக்காகச் செய்யலாம். இது போன்று பணிகளைச் செய்தாலே, மொழிநடையில் 50 விழுக்காடு வெற்றி கிட்டி விடும். இவையெல்லாம்தான் தொழில்நுட்ப மொழித் தொண்டு.

5. மொழியியல் அல்லாமல், மொழிசார்ந்த வரலாறு, பண்பாடு, தொல்லியல் போன்ற துறைகளுக்கும் கணினித் தொழில் நுட்பம் தேவைப்படுகிறது. ஒரு கல்வெட்டு படிப்பதற்கோ, தமிழ் பிராமி என்று சொல்லப்படும் தமிழி எழுத்துகளை வாசிப்பதற்கோ, வட்டெழுத்துகள் வாசிப்பதற்கோ, சுவடியில் உள்ள தொல் இலக்கிய இலக்கணங்களை வாசிப்பதற்கு உதவும் வகையில்கூட ஒரு Scanner செயலி செய்யலாம். *(Tamil Epigraphy Reader)*

6. மேலும் பழங்கால இலக்கியங்களில் உள்ள வரிகள் சேர்த்துச் சேர்த்து எழுதப்பட்டிருக்கும். படிப்பதற்கு வசதியாகச் சொல் பிரித்துத் தருதல் என்பதும் ஒரு தொழில்நுட்பப் பணி. *(Tamil Word Splitter)*

    இதற்கு மொழியறிவும், சிறிது ஏரணமும் (logic) தேவைப் படும்.

    சான்றாக: பொற்குடம் என்பதை (பொன்+குடம்) என்றும் மட்குடம் என்பதை (மண்+குடம்) என்றும் பிரிக்க வேண்டும். தொல்காப்பியரே விதிகளை ஒரு நிரல் போலத்தான் எழுதி யிருக்கிறார். *Exception Handling* (அலங்கடை) கூடத் தொல் காப்பியத்தில் உண்டு.

7. சங்கத்தமிழில்/இலக்கியங்களில் ஒரு சொல், எங்கெங்கெல் லாம் வருகிறது என்று தேடுபொறி உருவாக்கித் தரலாம். *(Tamil Literature Search Engine/ Tamil Concordance Tool)*

    சான்றாக: யானை என்றோ களிறு (ஆண் யானை) என்றோ பிடி (பெண் யானை) என்றோ தேடினால், தமிழ் இலக்கியங்களில் எங்கெங்கெல்லாம் அச்சொல் இருக்கிறது? என்பதை எடுத்துக் கொடுப்பது போலச் சங்கத்தமிழ்த் தேடுபொறி, திருக்குறள் தேடுபொறி உருவாக்கலாம்.

8. வெறும் அகராதி மட்டுமே அல்லாது, தொடர்புடைய சொற்கள் (Related Terms), நேர்ச்சொல்/எதிர்ச்சொல் (Synonym /Antonym), இயைபு ஒலிச்சொல் (Rhyming words) ஒரு சொல்லில் இருந்தே பல சொல் பிடித்துக்கொண்டு போகும் *Visual Thesaurus.*

9. ஆவண மாற்றிகள், அச்சுநூல் மாற்றிகள், ஒளிவருடல் கோப்புகளில் இருந்து எழுத்து அறுவடை செய்தல் *(Pdf to Unicode Converter for Tamil)*

10. தமிழ் ஒலிப்புப் பயிற்றுநர்கள் மற்றும் பெண்-ஆண் பல் குரல் தமிழ் ஒலிப்பான்கள் *(Tamil Voice Assistants).*

11. குழந்தைகளுக்கான தமிழ்ப் பெயர்கள் வழங்கு பொறி *(Tamil Baby Names Provider).*

வெறும் முதலெழுத்து கொடுத்துப் பெயர்கள் பரிந்துரைப்பது மட்டுமன்றி,

சான்றாக: அழகு என்று பொருளுடைய பெயர்கள், சங்கப் புலவர் பெயர்கள், சமூகநீதிப் பெயர்கள் என்று பல குறிச் சொல் சார்ந்த பெயர் தேடுபொறிகள்.

இவ்வாறு தமிழ்த் தொழில்நுட்பக் களத்தில் இயங்குபவர்கள், தனி ஒரு தளமாக மட்டும் இயங்கித் தேங்கிப் போய்விடாது, ஒன்றிணைப் புத்தளங்களில் *(Integrated Platforms)* இயங்க வேண்டும்.

எழில் நிரலாக்க மொழி *(Programming Language),* அண்மையில் பெருங்கவனத்தைப் பெற்றுள்ளது.

INFITT *(International Forum for Information Technology in Tamil-INFITT,* உலகத் தமிழ் தகவல் தொழில்நுட்ப மன்றம்-உத்தமம்), கார்க்கி ஆய்வு மையம், Natural Language Processing, Tamil Robotics என்றும் இன்னும் மீயுயர் *(Advanced)* தளங்களிலும் இயங்கலாம். எப்படி இயங்கினாலும்,

- நுட்பவியல் வளமாக்கல் *(technical enrichment).*
- மக்களுக்கு அன்றாடப் பயனாக்கல் *(utility enrichment).*

என்று இரண்டு விதமாகவும் இயங்க வேண்டும். "தொண்டு செய்க தமிழுக்கு, துறைதோறும் துறைதோறும் துடித்தெழுந்தே!" என்ற பாவேந்தரின் வரிகளை நிறைவேற்ற வாழ்த்துகள். நனி சால நன்றி.

❋❋ **(நிறைவு)** ❋❋

படங்கள் – நன்றி

படம் #1

1. Pangea Continent – Knuttz http://knuttz.net/p/2017/07/history-appalachian-mountains-in-how-were-the-appalachian-mountains-formed.gif

2. Harappa -Probabilistic Analysis of an Ancient Undeciphered Script https://www.harappa.com/sites/default/files/images/indus-probabilistic.jpg

3. Maspero, G. (Gaston), Comparative evolution of Cuneiform, Egyptian and Chinese characters https://archive.org/details/recueildetravaux27masp/page/242/mode/2up

4. Raman Madhivanan https://qph.fs.quoracdn.net/main-qimg-97fe152c64f8d52b94cfdde6b8e228af

5. BishkekRocks -Indoarische Sprachen Verbreitung https://commons.wikimedia.org/wiki/File:Indoarische_Sprachen_Verbreitung.png

6. Dravidian Language Map -Institute of Linguistics, Taiwan http://www.ling.fju.edu.tw/typology/DravidianLanguageMap2.jpg

7. Dept of Archaeology -Govt of Tamil Nadu -Keeladi -An Urban Settlement of Sangam Age on the banks of river Vaigai – Various

8. ALFGRN -Indus cylinder seal with elongated buffalo with Harappan script https://commons.wikimedia.org/wiki/File:Indus_cylinder_seal_with_elongated_buffalo_with_Harappan_script_imported_to_Susa_in_2600-1700_BCE_LOUVRE_Sb_2425.jpg

9. Anaikoddai Seal -Lanka Pradeepa https://www.lankapradeepa.com/2020/05/anaikoddai-seal.html

10. Porunthal -A great past in bright colours -Frontline https://frontline.thehindu.com/other/article30182010.ece

11. Mangulam – Saravankm -Tamil Inscriptions in Thirumal Naicker Mahal Museum https://upload.wikimedia.org/wikipedia/commons/3/32/Tamil_Inscriptions.jpg
12. K Rajan – Kodumanal Inscribed Potsherds – Graffiti & Brahmi
13. Kodumanal -Unearthing an industrial past -Frontline https://frontline.thehindu.com/other/article30166885.ece
14. Periya Thadagam – Simplicity https://simplicity.in/coimbatore/english/news/7380/PSG-students-discover-2500-year-old-artefacts-in-Periya-Thadagam-Coimbatore
15. Tissamaharama Potsherd https://www.tamilnet.com/pic.html?path=/img/publish/2010/07/Brahmi_potsherd_Tissamaharama.jpg
16. Ms Sarah Welch -Hathibada Brahmi Inscription at Nagari https://www.wikidata.org/wiki/Q45629740#/media/File:Hathibada_Brahmi_Inscription_at_Nagari,_Hinduism_Sanskrit_India.jpg
17. Kallerna -The Sphinx against Khafra's pyramid. https://commons.wikimedia.org/wiki/File:The_Sphinx_and_Pyramid_of_Khafre.jpg
18. Bert Kaufmann – Roman Forum https://www.flickr.com/photos/22746515@N02/8043630550/
19. Athens Acropolis https://www.isango.com/athens/athens-city-sightseeing-tour_6368

படலம் #3

1. Acharya Bhadrabahu -Jatin Shah https://issuu.com/jatin7/docs/acharya_bhadrabahu
2. Tholkaappiyar – Jeeva https://www.hindutamil.in/news/opinion/columns/128816-.html

படலம் #4

1. Ancient Tamil Ports – Times of India https://timesofindia.indiatimes.com/blogs/tracking-indian-communities/how-ancient-tamil-ports-helped-trade-in-gems-arab-horses

படலம் #6

1. *Vyakarana Mahabhasya of Patanjali on Panini 3.1 https://www.amazon.com/Vyakarana-Mahabhasya-Patanjali-Panini-Ahnikas/dp/8120834445*

படலம் #8

1. *Yasodhara Kaaviyam http://www.edubilla.com/onbook/yasodhara-kaviyam/*
2. *Ashwameda Yagna https://vedkabhed.com/index.php/2018/05/14/ashvamedha-yajna-the-obscene-ritual/*

படலம் #9

1. *Valari https://www.youtube.com/watch?v=epCFo_BYtdg*
2. *Padai Veedu https://www.arupadaiveedutourpackage.com/*
3. *Maayon – Cheyon – Kotravai https://dosa365.wordpress.com/2012/11/22/106/maayon-cheyon-2/*

படலம் #10

1. *Murugan -veera tamilar munnani https://www.naamtamilar.org*
2. *Melek Taus http://murugan.org/research/yezidis.hindus.malik.taus.htm*

படலம் #13

1. *Ariyapadatha Tamizhmozhi https://www.panuval.com/aptm*
2. *Veeramamunivar – Govt of Tamilnadu https://en.wikipedia.org/wiki/Constanzo_Beschi#/media/File:Veeramamunivar_ad2.jpg*

படலம் #26

1. Paavaanar http://www.devaneyapavanar.com/Gallery.html

படலம் #28

1. Arignar Anna Kalviyum Arasaangamum https://www.tamildigitallibrary.in/book-detail.php?id=jZY9lup2kZl6TuXGlZQdjZI9kJMy

படலம் #32

1. Madhavipanthal http://madhavipanthal.blogspot.com/
2. Thinam oru Sanga Thamizh https://dosa365.wordpress.com/

படலம் #33

1. Aim Perum Kaappiyangal https://www.youtube.com/watch?v=CwP3AGtIlOs
2. Aim Chiru Kaapiyangal https://in.pinterest.com/pin/359373245270236677/
3. Ilangovadigal – Amar Chitra Katha https://www.amarchitrakatha.com/literature_details/ilango-adigal/
4. Arugan – Lord Mahavira wallpapers https://wallpapercave.com/w/wp5992155

படலம் #35

1. Grantham Thavir -http://tamilchol.com/